Subhadraarjuneeyamu

Dharmavaramu Gopala Charyulu

పీఠిక

పరమాత్మ నిర్గుణుఁడనియు, సగుణుఁడనియు, మఱియుఁ గుణనిధియనియు విజ్ఞానులు నిరతిమై వినుతించుచుందురు. సర్వవ్యాపకుఁడై యుండినను, సర్వమునకంటెఁ బ్రత్యేకుఁడై యుండుటచేత బరమాత్మ నిర్గుణుఁడనఁబడును. శ్రీరామాద్యవతారంబుల నెత్తుటచేత, సగుణుండనఁబడును దయాదాక్షిణ్యాదియనంత కల్యాణ గుణాత్మకుఁడై యుండుటచేత గుణనిధియనంబడును. పరమాత్మ భూలోకంబున కవతరించు కారణంబును, భగవద్గీతమూలమున, బ్రపంచమునకు విదితమగు తెఱఁగున బ్రకటించిన యవతారపురుషుఁడే శ్రీకృష్ణుఁడు. అతనిదోఁడఁబుట్టువే సుభద్ర. నారాయణుఁడగు కృష్ణుని మిత్రుఁడే నరుఁడు—అతఁడే యర్జునుఁడు. దేవకీదేవి యొక్క సప్తమగర్భమునందుండిన శిశుపిండము యోగమాయవలనఁ గర్షితమై రోహిణీదేవియొక్క గర్భంబున జొనుపఁబడి యుదయించినవాఁడె సంకర్షణ నాముండగు బలరాముడు. రోహిణియు వసుదేవుని భార్యయగుటచే కృష్ణునకు బలరాముఁడగ్రజుఁడగును.

యాదవవృద్ధులందఱును సుభద్రనర్జునునకుద్వహించునట్టి యుత్సాహంబున నుండిరి. ఈవార్తను యాదవవరుఁడగు గదుఁడు పార్థునకు వినుపించియుండెను. ఇందుచేత ద్వారకయందు సుభద్రయు, నింద్రప్రస్థంబునఁ బార్థుండును పరస్పర ప్రేమానురాగంబులను వర్ధిల్లఁజేయుచుండిరి. కాని, బలభద్రుని యోచన వేఱుగనుండెను. పాండవులసంపదకొఱంతమై, దుర్యోధనునకు హస్తినాపురి రాజ్య భాగ్యభోగములభించినందున, సుభద్ర సుయోధనుని పెండ్లియాడిననే సుఖించునని బలరాముఁడెంచి. పెద్దలయుద్దేశంబునకు విరుద్ధంబుగవర్తించి, తనపట్టును సాధింప నిశ్చయించెను. లోకసృష్టియందలి భవిష్యములనెఱింగిన కృష్ణుఁడు కపటనాటకసూత్రధారుఁడు గనుక, తనశేషాంశ సంభూతుఁడగు బలరామునియొక్క స్తబ్ధజ్ఞానమును త్తేజింపఁదలఁచి, హలధరునిక్రియలకు బ్రతిక్రియలనొడ్డి, సుభద్రార్జునుల మానసంబులందు బ్రసరితములై యుండిన కోర్కులను నెఱవేర్చెను. యోగమాయాంశయగు భద్ర, దైవనిర్ణీతమగు ప్రోత్సాహంబును సుభద్రకొసఁగి, వేరొక్కరెఱుంగజాలని తీరున సుభద్రార్జునుల సమావేశమొనగూర్చి వారివివాహమునిర్వహింపజేసెను.

ఈనాటకమును నేను 1915 సంవత్సరమునందె రచించితిని. అప్పటినుండి ఇప్పటివఱకు నిది పదేపదే శ్రీయుత టి. రాఘవచార్యులవల్ల ననేకప్రదేశములయందు ప్రదర్శింపబడుచున్నది. శ్రీకృష్ణుని చరిత్రము చదివి వినునట్టి వారలకే హృదయానందమును, హరిభక్తియును సిద్ధించుచుండ, శ్రీకృష్ణుని చర్యలనభినయించు వారియభినందనమమేయమై వెలయునని చెప్పనేల?

ఈనాటకమునచ్చుగూర్చినపుడు ప్రూఫులలో చిన్నలుతప్పులు లేక చక్కగ సిద్ధపఱచుచు, దమకుబనులు పెక్కుగనుండినను 40 దినములలోనె పూర్తిగ గ్రంథమును ముద్రించినట్టి బళ్లారి నారాయణ ఫవర్ ముద్రాక్షరశాల వారికిని తదధికారియగు శ్రీయుత కె. నారాయణప్ప గారికిని నేనెంతయు గృతజ్ఞుఁడనై యున్నాఁడను.

1932 సం॥ డిశంబరు.

ధర్మవరము. గోపాలాచార్యులు
గ్రంథకర్త.

ఓం శ్రీ.

శ్రీ సుభద్రార్జునీయము

ప్రస్తావన.

[సూత్రధారుడు-ప్రవేశించి-నాందిపద్యము.]

సీ॥ శ్రీమానినీమణినే మాననీయుండు-ప్రేమానహృదిపైన-వెలయనునిచె ।
నాగేంద్ర భరణమే-భోగీంద్రశయనుఁడు యోగీంద్రులగ్గించు-నోజజేసె ।
అఃనవములాత్వే-యేఃనపాలుఁడు-మోదానయదువంశ-మాదరించె ।
పాపులౌనృపతుల నేపావనుఁడుదున్మి-యాపాండవేయుల-యాపదాపెః॥

గీ॥ ఏదయాశీలుఁడర్జునుఁ జెలిమిమీఱఁ ।
గామిని సుభద్రఁ జేపట్టు కాంక్షమదిని ।
బెంచి సన్యాసి కాగదాఁ బెండ్లిఁ జేసె ।
నా కృపాళుఁ గృష్ణు భజింతు-నధికభక్తి ॥

[ప్రవేశము-నాగకన్య]

నాగకన్య:—ఆర్యా! కృష్ణసోదరి సుభద్ర పాండుపుత్రుఁడగుఁ బార్థునిఁ బెండ్లియాడునంతటి పుణ్యము నోచియున్నదా? ఆయమకోర్కె నెఱవేఱఁగలదా?

సూత్ర:—అవశ్యము నెఱవేఱఁగలదు.

నాగ:—అదియెట్లు సిద్ధించును?

సూత్ర:— కం॥ లలనామణి హరిసోదరి ।
కలవాణి సుభద్ర పార్థు-గగముచుబడయున్ ।
వలపున నోచిన నోముల ।
ఫలమున నాపాలతిశేగ-ఫల్గుణుఁ బొందున్ ॥

నాగ:—ఆర్యా! ఈతరుణమున నాతరుణీమణి వాంఛ సమకూరఁజాలదు.

సూత్ర:—ఎందుకు?

నాగ:— కం॥ అరవిందాక్షియులూపియు ।
చిరమగుమోహంబుఁ జెంది-పార్థునిఁబడయన్ ।
దారిసోఁకఁయెంతదరిన ।
వనకన్యయులూపితోడ్త-ఫల్గుణుఁబొందున్ ॥

ఆగ్రా! సుభద్రయొక్క నోముఫలము, మాయులూపిదేవియొక్క నోముబలమును మిాఱఁజాలదు సుమా!

సూత్ర:— బాలా! ఇదియేటి మాట?

నాగ:— మా యులూపిదేవి గంగాతీర్థముననుండిన యర్జునునిఁ గాంచి యతనినిఁ బొందుటకై ముందంజవేసియున్నది. ఆయమ చేతులనుండి తప్పించుకొనినకదా పార్థుఁడు సుభద్రనో బలభద్రనో పెండ్లియాడునది?

సూత్ర:— అట్లనా? ఏమగునో చూతము.

(ఇద్దఱు నిష్క్రమింతురు.)

[ప్రవేశము-బ్రాహ్మణులు-విశారదుఁడు-గంగాధరుడు.]

గంగాధర:— విష్ణుపాదా! ఇదియేమాశ్చర్యము? గంగయందు స్నానమాచరించుచుండిన యర్జునుఁడున్నట్లుండి కన్నులకగపడకుండనెట్లు మాయమాయెను?

విశారద:— గంగాధరా! ఈభాగీరథీదేవి పరమపవిత్ర. పాండుపుత్రులకు మనము రక్షగనుండెంచి యుండినందున, మనభక్తిశక్తులను పరీక్షించుటకై యీగంగాదేవియే పార్థుని యెందో దాచియుండును. నేనిప్పుడె యీగంగలో మునిగి శ్రీకృష్ణుని కృపచేత మన పార్థుడు పాతాళమందున్నను పోయి తోడ్కొని వచ్చెదను. (అనిసిద్ధపడును.)

[ప్రవేశము-నాగకన్య.]

నాగ:— బ్రాహ్మణోత్తమా! గంగలో మునిగపోవునంతటి సాహసము మిాకేందుకు?

విశా:— నీవెవ్వతెవు?

నాగ:— నేను వనదేవతను.

విశా:— నీవు వనదేవతవైన మాపార్థుఁడేమాయెనో చెప్పుము.

నాగ:— పార్థునిఁ బాము పట్టియున్నది.

బ్రాహ్మణ:— అది యెట్టి పాము?

నాగ:— నా వెంటరమ్ము చూపెదను.

(అందఱు నిష్క్రమింతురు.)

ప్రథమాంకము-ప్రథమరంగము.

ఉలూపి సౌధము.

అర్జున:— (పాన్పుపైన పరుండియుండును.)

(ప్రవేశము-నాగకన్య.)

నాగకన్య:— పాట (అనుబంధము 1)

(పాడి-యర్జునునిపైనఁ బన్నీరు జల్లిపోవును.)

అర్జు:— (దిగ్గునలేచి) కన్నులఁదుడుచుకొని, యుడుపులఁ బరికించి చుట్టుప్రక్కల వీక్షించి-యాశ్చర్యమున, మంచము దిగివచ్చి) విశారదా! గంగాధరా! (అని పిలుచును. ప్రత్యుత్తరము లేదు) నేనిప్పుడెచ్చోట నున్నాఁడను? నేను స్నానమాచరించుచున్న జాహ్నవీ నదియేది? నామిత్రులేరి? బ్రాహ్మణోత్తములేరి? నా యంబరములుపోయి, యీయుడుపు లెట్లువచ్చెను? ఈతోడుగు లెవ్వరివి? హంసతూలికాశయ్య యెక్కడిది? ఇదంతయు గల్లయా నిజమా?

సీ॥ ఇదియేమియాశ్చర్య? మీసౌధమెవరిది? యిందులకెటు వచ్చియుందునేను?।
నామిత్రులేమైరి? నాయాత్రయెటుఁబోయె? గంగాతరంగిణి-కానరాదె
స్వప్నమోయిదిలేక-వాస్తవంబో కాక-కనులకు బెనుమబ్బుక్రమ్మెనో కొ।
నిదురలో మనికియో-బెదురులోమనికియో-నిక్కమో కల్లయో-యొక్క
తెలుఁగ।

గీ॥ తెలివినమఁబాసి పడిఁజదు దేరనే మొ।
పలుకులాడెదనో లేక-పలువరంబొ।
మనుచునున్నాఁడనో లేక-భ్రమందినానో।
నేను పార్థుఁడనగుదునో-కానొ తెలియ॥

ఊరకపల్లటిల్లి యేమిఁప్రయోజనము? వాస్తవమునరయుదారినిఁ బరికించెదను. (అనిముందునడచి పైనున్న కోలాటము త్రొళ్ళను దాఁకను-వెంటనేగానమువినఁబడును)

నాగకన్య:— (లోపలినుండిపాడుదురు పల్లవిమాత్రమే)

పాట-అనుబంధము 2.

అర్జున:— ఈత్రాళ్ళు గానముచేయును. కావున యిది గంధర్వ సౌధము. ఈకమనీయ గానమునుం జెవులవిందుగవిని, పిదప నితరము విమర్శించెదను.

(అని త్రాళ్ళను బిగ్గరగనల్లాడించివిడుచును)

నాగకన్యలు:— (రంగమున కరుదెంచి పాడి కోలాటమాడి నిష్క్రమింతురు)

ఉలూపి:— (రహస్యముగవచ్చి పాన్పుపైనగూర్చుండును.)

అర్జున:— గంధర్వాంగనలారా! రండు. (అని పిలుచును. ఎవ్వరును పలుకరు.) నేను గానమువిన్నదికల్ల. అంగనలను గాంచినది యబద్ధము. కాళ్ళకు మన్ను సోకదు. కన్నులకు మిన్నుతోఁపదు. కలలోనడచుచు నేనున్మాదుండనై యున్నాఁడను. తీర్థస్నానంబులచేతఁ దల దిమ్ముకలిగియున్నది ఇంచుక నిద్రించిన నీచిత్త భ్రమతీరునేమో! (అని వెనుకకు దిరిగి పాన్పును సమీపింపఁగ నులూపిని గాంచి, బెదరి నిలిచి) ఈకామిని యిచ్చట నేలయున్నది? ఈ జవ్వని యెవ్వతె? వ్రతమాచరించుచుండు నాగతి యిట్లెందుకాయెను? అకటా! పూతమగు యాత్రయొక్క ఫలమింతటి పాపజవము కావచ్చునా?

(ప్రవేశము-నాగకన్య.)

నాగ:— రాజనందనా! నీయాత్రాఫలము. పాపజవముకాదు- పాఁపజవరాలు.

అర్జున:— నీవెవతెవు?

నాగ:— నేనొక పాఁపజవరాలను.

అర్జున:— అట్లన్ననేమి?

నాగ:— నేను నాగకన్యను.

అర్జు:— ఈచోటెద్ది?

నాగ:— ఇది నాగలోకము.

అర్జు:— నన్నిచ్చటికెవ్వరు తెచ్చిరి?

నాగ:—నన్నెందుకడిగెదవు? మా రాణి యులూపిదేవినే యడుగుము (అని యులూపినిజూపి పోవును.)

విశారద-గంగాధర:— (రహస్యముగవచ్చి చాటునగూర్చుందురు.)

అర్జు:—ఇప్పుడంతయుఁ దెలిసెను. ఈమాయలాడి నావ్రతభంగము గావింపదలంచి, మోసరీతిగ నన్ను దెచ్చియున్నది. ఈకామిని నానోమును భంగపఱుపఁగలదా? కాని-దీనినిఁ దగురీతిగ దండించి నాదారి నరిగెదను. (అని యులూపిని సమీపింపబోయి-నిలచి) ఆహా! ఇది చంద్రవదనకాదు. నిక్కఁపు చందమామ. కావుననే నాకోప తాపము చల్లగాయెను.

ఉలూపి:— (పక్కున నవ్వును.)

అర్జున:— ఏమీ? ఇంతటిపరిహాసమా?

ఉ॥ చక్కని ముద్దుమోముగన-జల్లగనాయె విరోధ మంతయున్।
చక్కెరబొమ్మ నవ్వువిని-సంతసమూరు ముదంబుచేసె నిక్।
ఇక్కమలాక్షి గాంచిమది-నింపెయు వాల్మి చెలంగ దాయెనే।
ఎక్కడ? యీభుజంగజగ మెక్కడ? సర్పము నోటఁజిక్కితిన్॥

ఛీ! నావ్రతభంగ మొనరింపబూనిన యీకామినియెడ నాకింత భ్రాంతిచెల్లదు (అని ధైర్యమున) కాంతా! నీవింతటి ధూర్త కార్యమేల నొనరించితివి?

ఉలూపి:— ధూర్తుఁడవైన నీయపరాధములకుఁ దగుశిక్ష విధించుటకు నిన్నుఁ దెచ్చితిని.

అర్జు:— నాయపరాధములేవి?

ఉలూపి: — నీయపరాధములను వరుసగలెక్కించి చెప్పెదవినుము.

సీ॥ లోకసుందరుఁడైన-నాకేశుప్రేమంపు-పుత్రుఁడై పుడమిపై పుట్టుటొకటి।
పరువంపు ప్రాయాన-మురిపెంబులలరించి-యింతుల వలవంత నిడుటరెండు।
భువన మోహనరూప- భూపాలసూనుఁడు-కవ్వడి యనుకీర్తిఁగనుట మూడు॥
ఉరువునందము జూప-నరగభామినులుండు-సరసులు నదులకుఁజనుట నాల్గు

గీ॥ తెలుపఁ దనరించు శృంగార-చేష్టలైదు।
పదఁతుల మఱగించు-మధుర-భాషలాఱు।
గణుతిఁ జేయంగ నింకెన్నొ-గలవు పార్థ।
చెప్పము నీతప్పులకు శిక్షఁజేయవలదె!॥

అర్జు:— (ఆత్మ) ఔరా! ఈనాతీమణి చాతుర్యము! ఈసొగసుకత్తె చమత్కృతికి నేను నోలఁగూడదు.

ఉలూ:— రాజనందనా! మారుపలుకకూరకున్నాఁడ వెందుకు?

అర్జు:— నాగరాజనందనా! నీమాటలకు నాకు మిగుల విచారమగుచున్నవి.

ఉలూ:— నీనేరములభారమునకు విచారము గలుగకుండునా?

అర్జు:— అటుకాదు. నన్నుశిక్షించుటకు నీవు సమర్థురాలు కావని చింతించెదను.

ఉలూ:— ఏలకాను?

అర్జు:— నీకును నాకును విరోధాంశములు పెక్కులున్నవి.

ఉలూ:— అవియేవి?

అర్జున:—

సీ॥ న్యాయమెట్లు ఘటించు-నాగసతివు నీవు-నాగారినుతుఁడేను-నవరుబోణి।
అనిల భక్షణఁజేయు-వనితవైతివి నీవు-అనిలపుత్రునకు నే-ననుజుఁడైతి।
వీనులు కండ్లాయె-వేరె చెవులు లేవె-నేరంబు వివరింప నేర్తువెట్లు?।
పదగ హస్తములాయె-బరగ చేతులెలేవు-లేఖనంబుకు చెయ్యి-లేదునీకు॥
గీ॥ మగువ భూలోకవాసుఁడౌ-మనుజుఁడేను।
నాగలోక నివాసియౌ-భోగినీవు।
వ్రతిని నేను సుఖవిలాస-వతివినీవు।
తగవుకాదె నీభావంబు-తరళనేత్ర!॥

అతివా! నీచతురతకు నేను మెచ్చితినిగాని, నీకు నాకు నెట్లు జతపడును?-నేను భూకాంతుఁడను, నీవు భుజగకాంతవు. నన్నుఁ గోరుట పాడికాదు.

ఉలూ:— పార్థా! మున్ను నాగకన్నియలను నరనాథపుత్రులు వరింపలేదా? కుశుఁడు మాకు ముద్వతిని, పురుకుత్సుఁడు మా నర్మదనుఁ బెండ్లియాడలేదా?

అర్జు:— కాంతామణి! యేది యెట్లుండిన నన్ను ద్వహించునట్టి వాంఛను వదలుము.

ఉలూ:— అదియేల?

అర్జు:— నేను వివాహితుండనని నీవెఱుంగవు కాబోలు?

ఉలూ:— ఎఱుంగకేమి? పాంచాలి నీకొక్కనికే పత్నియగునా? అది యెట్లయినను నన్ను ద్వితీయగా స్వీకరింపుము. నేను సమ్మతింతును.

అర్జున-ఉలూపి:— (సంభాషణ పాట) (అనుబంధము-3.)

అర్జు:— తరుణీ-నాయొక్క తీర్థయాత్రావ్రతము తీఱువఱకు నీ కోర్కెను నేను నెఱవేర్పజాలను.

ఉలూ:—పార్థా! నేనును వ్రతముబట్టియున్నానే అదియు తీఱవలెను కదా?

అర్జు:— కాంతా! నీవ్రతమేది?

ఉలూ:— రాజనందనా! నేను నాగరాజగు నైరావతుని సుతను. కన్నెను. నీరూపలావణ్యములు వినుతించుచు నాగాంగనలు పాడు గీతములు విన్ననాటనుండి, నిన్నే నాథునిగ వరింప నిశ్చయించి నాకోర్కె చేకురుతరిని వేచియుంటిని. నీవు భాగీరథిలో స్నానమాచరించుచుండ నా మోహము నిన్నిచటికి రప్పించినది. కావున నేడే నిన్ను గాంధర్వంబునఁ బెండ్లియాడవలయుననునదే నావ్రతము. నావ్రత పూర్తికాకపోయిన నీకు స్త్రీహత్యా దోషము సంభవించును. కావున నన్ను కాపాడుము. (అనిపాదములపై పడును.)

అర్జు:— వనితామణీ! నేను వ్రతభంగమాచరించితినేని యందుల ఫల యేమగునో నీకు దెలియునా?

విశారద-గంగాధర:— (తలాలున పరివేళింతురు.)

విశారద:— పార్థా! నీవ్రతభంగఫలము వేదవేత్తలగు మాకు జక్కగఁ దెలియును.

అర్జు:— అది యెట్టిఫలమో చెప్పుడు?

విశా:— నీవ్రతభంగఫలము, యులూపిదేవికి పుత్రోదయము.

అర్జు:— బ్రాహ్మణోత్తములారా! నాకు పాపము రాకుండ ననుగ్రహింపుఁడు.

విశా.— నీవీమెను పరిగ్రహించుటయే మా యనుగ్రహము. ఒనర్పుము. పాణిగ్రహణము.

అర్జు:— కాంతా! నీకరమునిమ్ము (అని చేయిబట్టబోవును.)

ఉలూ:— (వెనుకకు జరిగి) నాథా? నాకుఁగరమే లేదంటివే.

అర్జు:— సారసాక్షీ! నీ సరస శృంగారమునకు నేను సంతసించితిని.

ఉలూ:— నాథా! నీవాక్కులు వినుటకు నాకు చెవులులేవే.

అరు:— మానినీ! నాతప్పులను మన్నించి నన్నేలుకొమ్ము.

సంభాషణ పాట-(అనుబంధము 4)

బ్రాహ్మణులు:— సుముహూర్తము సమీపించెను కల్యాణము గావింపుఁడు.

వివాహము-పాట (అనుబంధము 5.)

ప్రథమాంకము - ద్వితీయరంగము.

చిత్రవాహనుని పుర బహిర్భాగము.

[ప్రవేశము - ఘటోత్కచుఁడు.]

సీ॥ భీకరదుర్గముల్ భేదించి ప్రతిపక్ష-వర్గంబుమర్దించి-బడలనైతి ।
భూధరమదరించి-భూరుహంబులఁద్రెంచి-ప్రాగ్భారముఁద్రుంచి-బడలనైతి
అంభోధిస్తంభించి-గంభీరముశమించి-భద్రకుంభినిఁజెంచి-బడలనైతి ।
ఒకబాగ్నినడగించు-చెడిదకృత్య మొనర్చి-ఖండవంబదరించి-బడలనైతి॥
గీ॥ ఇపుడుపనిబూనియీ పాండు-నృపతిసూను ।
విజయునిమనికి నెఱుఁగంగ-వెగటుపడుచు ।
విపినజనవాసభూములన్-వీడులెల్ల ।
దడవిజెడియుచుఁదడఁబడి-ఒడలినాడ॥

ఆహా! దారుణసంగ్రామరంగంబున గర్వితపరి పంథిపరివార నిర్మూలనముఁ జేయుటపోయె. దురిత కృత్యానురక్త క్రూరారాతి

పరిభూతధరాధీశుల పరిపాలించుటపోయె. దుర్మదదైత్య పీడిత నిర్మల ధర్మయుక్త కర్మందుల రక్షించుటపోయె. దుడుకులు కడలుకొను చెడుగుచేతల కడగండ్లంబడు, పుడమివేల్పులకుం దోడ్పడుటపోయె. ఇంచుమించుమేని యంచయాన వరించనెంచు నించువిల్తునంచు వన్నెకాని నన్వేషించుటపోయె. చెలువునలువు వెలయంగలువరాయనింబోలు విలాసింజేపట్టిం గులుకులొలుకు చిలుకల కొలికిని నెమకుటపోయె. ముల్లోకంబులం మేటివిలుకాడను విశాలయశంబుంగన్న విజయుని వెదకుచున్నాండనే. కడిమి నిశాచరుండగు నేను బడుగుచారుండనైతినే. నాజనకుండు భీమసేనుండు నన్నెట్టిపనికి నియమించెను? అతనిపత్రికయందిన వెంటనే ధనంజయు నన్వేషించుచు జాడంబట్టి యీచిత్రవాహనుని పురంబునకు నరుదెంచితిని. పార్థుండుబూనిన యాత్రావధియంత్యమై యెంతయోకాలమైయున్నను నింద్రప్రస్థంబునకు మరలి రాండని, మావారు చింతాగ్రస్తులైయున్నారు. ఈనగరమున మానరుండు లేకున్న ముందేమిచేయుదును?

(ప్రక్కకునిలచును.)

[ప్రవేశము-ఇలావంత-బభ్రువాహనులు.]

ఇలావంత-బభ్రు:—(బంతులాడుచు) పాట (అనుబంధము 6)

బభ్రు:— (ఘటోత్కచునిపైన చెండువేయును.)

ఘట:— ఎవ్వండు నన్ను బంతితోగొట్టినది?

బభ్రు:— నేను (అని యెదపై చెయ్యిడిచూపి నిలచును)

ఘట:— బాలకా! నీవెవ్వండవు?

బభ్రు:— నేను వానితమ్ముండను. (ఇలావంతునిజూపును)

ఘట:— (ఇలావంతునితో) కుమారా! నీవెవరవు?

ఇలా:— నేను మాయయ్య కుమారుండను.

ఘట:— మీయయ్య పేరేమి?

ఇలా:— విజయరాజు.

ఘట:— (స్వ) విజయుం డెవ్వడైయుండనోపు? మావిజయుండేయగునా? (ప్ర) బాలకులారా! మీముద్దుపేరు లెయ్యవి?

ఇలా:— నాపేరు ఇలావంత.

బభ్రు:— నాపేరు బభ్రు.

ఘట: — మీయయ్య యిచ్చటనున్నాఁడా?

బభ్రు: — లేఁడు. ఊరికిఁబోయియున్నాఁడు.

ఇలా:— మాయమ్మను నీవు జూచినావా?

ఘట:— కుమారా! చూడలేదు. ఏయూరికిఁబోయియున్నాఁడు?

ఇలా:— నాకుఁ దెలియదు. నాయమ్మ నడుగుము.

బభ్రు:— ఓయి! వీనియమ్మకును దెలియదు. నాయమ్మ నడుగుము

ఘట:— (స్వ) ఓహో! వీరిద్దఱు భిన్నోదరభ్రాతలైయున్నారు.

(ప్ర) బాలకులారా! మీతల్లులెందున్నారు.

బభ్రు:— నీవు నాయమ్మయొద్దకుబోవకుము. నిన్నుఁజూచి భయఁపడును.

ఘట:— ఎందుకు?

బభ్రు:— నీవు బూచివి.

ఘట:— నీకు భయములేదా?

బభ్రు:— నేను బూచినిఁగాలఁదాచెదను.

ఇలా:— నేను బూచితోయుద్ధమాడెదను. ఇష్టమున్న నాతోఁబోరుము. రమ్ము (అని చెడ్డు తట్టును.)

పాట-(అనుబంధము-7)

ఘట:— (స్వ) ఈబాలురు వీరధరణీ వరకుమారులనుటకు సనుమానములేదు. అతఁడు మావిజయుఁడై యుండవచ్చును. అట్లయిన వీరు నాకుఁ దమ్ములైరి. అందువలననే వీరిని వీక్షించినప్పటినుండి నామెమ్మదిని నెనరుదనరుచున్నది. (ప్ర) కుమారులారా మీరిద్దఱును రండు. (వారిని ప్రీతిచేనెత్తికొనును.)

[ప్రవేశము-ఉలూపి]

ఉలూ:— ఆహా! యెవ్వఁడో రక్కసుఁడు కుమారుల నెత్తుకొనిపోవనున్నాఁడు.-ఓరీ! నీవెవ్వఁడవురా? (ఖడ్గము నెత్తును.)

ఘట:— తల్లీ! నేను శత్రుఁడనుగాను.

ఉలూ:— అయిన నీవెవ్వఁడవు?

ఘట:— నేను పాండవేయుఁడగు భీమసేనుని పుత్త్రుఁడను.

ఉలూ:— (యోచించి) నీతల్లి హిడింబియా?

ఘట:— అవును.

ఉలూ:— ఘటోత్కచకుమారా! నిన్నుఁ జూడకున్నను నా నాథుఁడు, నీపినతండ్రి, నీధీరగుణంబులఁ బొగడుచు నుప్పొంగు చుండునది నేను గాంచినదానను. తనయా! నీకు శుభమగు గాక? నిన్నుఁగాంచుటచే నేఁడు మాకు సుదినము, కుమారులారా! ఈవీరశేఖరుఁడు మీకు నన్నగావలయును. నమస్కరింపుఁడు.

ఇలా-బభ్రు:— (నమస్కరింతురు.)

ఘట:— కేసరీ కిశోరము లిట్లుగాక మఱియెట్లుండును?

ఉ॥ పంతముచే విరోధికులపార్థివులేపునబంపు బాణముల్ ।
బంతులుగాగబట్టుకొను బాహుపరాక్రమ జృంభణంబులన్ ।
వింతగజూపి మానరుని వీరకుమారులునై వెలంగు ధీ ।
మంతులకున్ నితాంతబలమంగళదంతులకున్ శుభంబగున్॥

ఉలూ:— కుమారా! ఈయాకస్మికంబగు నీరాకకుఁ గారణమేమి?

ఘట:— నేను ఫల్గునుని వెదకుచువచ్చినాఁడను. భూసంచారమునకు వెడలి చిరకాలమైనను నతఁడూరికి రాకుండుటచే, మావారు విచారచిత్తులైయున్నారు. మాతా! మీయట్టి మానవతులు సతులుగానోపునట్టి పుణ్యము మాపార్థునకెట్లులభించెను? నరుని చరిత మించుక వివరింప వేఁడువాఁడను.

ఉలూ:— తనయా! మావార్తనంతయు బిదప దెలిపెదను. నేను "ఉలూపి" యను నాగకాంతను. చిత్రవాహనునిపుత్రి చిత్రాంగదయు నేనును పార్థునకు భార్యలైతిమి. వినోదార్థముచిత్రాంగదను జూడ నేనరుదెంచితిని. మావల్లభుఁడు భూప్రదక్షిణము జేయుచున్నాఁడు. అతఁడిప్పుడెందుండునో విచారింతము గాని మామందిరమునకు రమ్ము. భోజనమునకు వేళైనది.

ఇలా-బభ్రు:— అన్నా! పోవుదము రమ్ము.

పాట-(అనుబంధము 8)

ద్వితీయాంకము-ప్రథమరంగము.

ప్రభాసతీర్థము-అర్జునుఁడు-బ్రాహ్మణులు.

అందఱు:— (కృష్ణధ్యానము జేయుదురు.)

పాట- అనుబంధము-9

అర్జు:—

సీ॥ భూదేవులార మీ! పూతచారిత్రంబు-కాపాడె నాయాత్ర-గలఁత లేక ।
సుతుని రక్షించెడు-పితరుని బోలెసన్-గాచితిరిందాక గరుణతోడ ।
భూప్రదక్షిణ మేము-పాలుపోఁగ నెఱవేర్చి-కృతకృత్యుఁ డగునట్టి-హితముగంటి ।
పావనులైన మీ-సేవఁజేసికొని-ధరణిపై నేనెంతో-ధన్యుఁడైతి ॥
గీ॥ భాసురంబగు దివ్య ప్ర-భాసతీర్థ ।
సేవనింపొందఁగా నేఁడు-సేయఁగల్గె ।
నగగ నేనింక ద్వారకా-పురము జేసి ।
పుణ్యమలకృష్ణుగృపచేత-బొందఁగలదు ।

ధాత్రీసురోత్తములారా! నేను యాత్రకు బైలు వెడలినదాదిగ, ననువీడక వెంటనుండి తీర్థసేవాపుణ్యంబును, మనోభీష్టసిద్ధియును నాకు సంధించితిరి. నావారినిఁబాసి బహుకాలమైనది. నేనచిర కాలంబుననే, యీభూసంచారంబును సమాప్తిగావించి, యింద్రప్రస్థమున కరిగెదను. ఈప్రభాసతీర్థమునకు ద్వారక చేరువగ నున్నదికద? మీరూరికి విచ్చేయుఁడు. నేను ద్వారకకరిగి శ్రీకృష్ణుని సందర్శించి వచ్చెదను.

విష్ణుపాద:— ఫల్గుణా! నీవెంటవచ్చిన పరివారమంతయు గోకర్ణమునుండియే మరలిపోయిరి. మేముమాత్రము నిలచియున్నారము. మీసంచార పరిపూర్తియగువఱకు మేమును లేకున్న నీకుఁ దోడెవ్వరున్నారు?

[ప్రవేశము-ఘటోత్కచ.]

ఘట:— నేనున్నాఁడను. పితృవ్యా! నమస్కృతులు.

అర్జు:— ఘటోత్కచ కుమారా! నీకు స్వాగతము. ఇదేమి నీ వింతరాక?

ఘట:— పితృవ్యా! నీవు యాత్రవెడలి, నీయాత్మ భంధువులను మఱచి, వారికి నీవార్త తెలుపక, వారిక్షేమము నీవు విచారింపక, చిరకాలము సంచరించు నీపోకవింతగుగాని, యీనారాక వింతగునా?

అర్జు:—కుమారా! ఇది నాప్రారబ్ధము. పాంచాలివిషయమై మేము నియమించుకొన్న సమయభంగము నేనొనరించిన దానికై, యీవిషఫలముల ననుభవించుచున్నాను.

విష్ణు:— పార్థా! పాపము. ఎన్ని విషఫలముల ననుభవించితివి? ఉలూపిదేవినిఁ బెండ్లాడుట మొదటి విషఫలము. చిత్రాంగదను పరిణయించుట రెండవ విషఫలము. ఇంక త్రిశుద్ధికానిదే నీవిల్లు జేరవు. ఇట్టి విషఫలములుదొరుకు యాత్రలు బహుప్రయాసము గదా?

అర్జు:— తనయా! ఈవిప్రపుంగవులను మనయూరికి సతిత్వరితగతిఁ బనిపి నాసోదరులకు నావార్త నెఱింగింతము. మనము ద్వారకనుఁజూచి మరలుదము. ఆర్యులారా! ఇంక విచారమేల? నాకుఁ దోడి భీమపుత్రుఁడున్నాఁడు. మీరు తడయక విచ్చేయుఁడు.

బ్రాహ్మ:— ఇంక మాకు యోచనలేదు. వెడలెదము.

అర్జు:— ఆర్యులకు నమస్కృతులు.

బ్రాహ్మ:— శుభమస్తు.

(పోవుదురు.)

అర్జు:— వాయుపౌత్రా! నీమాటలవలన మావారు నిన్ను బంపినారని తెలిసితిని. నాకు భూప్రదక్షిణాభిలాష మెండుగనుండెను. సమయ మొదవినందున నిష్ట పూర్తిగావించుకొను చున్నాను. ద్వారకఁజూచిన నాతనివిదీఱును.

ఘటో:— అయిన జాగేల? ఆయింత కో అంతదీఱ నేఁడే యావీడు జేరుదము.

అర్జు:— అట్లనే కానిమ్ము.

[ప్రవేశము-నారద]

నారద:— పాట-(అనుబంధము 10)

అర్జు:— ఓహో! సురమునులవారు స్వారి వేంచేసిరి.

(ఇద్దఱు నమస్కరింతురు.)

నార:— కల్యాణమస్తు-కూర్చుండుము. అర్జునా! ఇంద్రప్రస్థముబాసి యేల నిచ్చటనున్నాఁడవు?

అర్జు:— మునీంద్రా! ఇదియంతయు మీప్రసాదమే.

నార:— ఓహో! నీవు సమయము నతిక్రమించినది, నాప్రసాదమా? అయినను కాని-ఇంకనైన నీతిరుగుట మాని యూరు జేరుము.

అర్జు:— యతీంద్రా! ఇంకొకకార్యము శేషించియున్నది. దానిని ముగించి మీయాజ్ఞ జరిపెదను.

నార:— ఏది యాఘనకార్యము?

అర్జు:— ద్వారకకుఁబోయి, బలరామ కృష్ణులదర్శించి ముదమునెలకొను చెలిమినిగూర్చు పూజలు జేతును.

నారద:— ఏమంటివి? చెలిమినిగూర్చు పూజలా? చెలియలిని గూర్చు పూజలనుకొంటిని నేను.

ఘట:—మునీంద్రా! మీరన్నట్లే యేలగారాదు? అందునదప్పేమి?

నార:— ఏమిది? భీమనందనా! కృష్ణసోదరి సుభద్రకు రెండు పెండ్లిండ్లు గావలయునా?

అర్జు:— ఆహా! సుభద్రకుఁ బెండ్లయినదా?

నార:— అయినట్లె. అంతయు నిర్ధారమైనది. పెండ్లికార్య సంబరములు సాగియున్నవి.

అర్జు:— వరుఁడెవ్వఁడు?

నార:— ఇంకెవ్వరుండురు? రాజరాజగు సుయోధనుఁడు.

ఘట:— మునివర్యా! ఈమాట నిక్కమా? ఈనిశ్చితమెవ్వరు చేసిరి? చిఱుతనాటనుండి, సుభద్రను పార్థునకిత్తుమని యాదవ పెద్దలు నిర్ధరించియుండలేదా?

నార.— పెద్దలకుఁ బెద్దబలరాముఁడు కౌరవ పక్షపాతియు గలిగి యుండ, మాయావి శకుని బూటకములు నాటిలేనివై యుండ, నాయ్యల మాటలెట్లుసాగును?

అర్జు:— కృష్ణుఁడిందునకు సమ్మతించెనా?

నార.—చేయునదిలేక యూరకుండిన, సమ్మతించినట్లే.

అర్జు:— ఆహా! నేనెట్టి భ్రాంతుఁడనై యుంటిని? ఆగముఁడు తానె షూపురికరుదెంచి, యాయరవిందనయన రూపలావణ్యంబుల వర్ణించి దేవకీనసుదేవుల నిశ్చయంబు నాకెఱిఁగించి, నా మనము నాఘనవేణికి నలవరింపజేసి, వెడలిపోయెనే, ఇప్పుడీ విపరీతమెట్లాయెను?

ఘట:—పినతండ్రీ! నీమానసము వరించిన మందయానను సుయోధన మందభాగ్యుఁడు బొందనిచ్చిన నేను భీమనందనుఁడగుదునా? మునీంద్రా! చెప్పుము. వివాహమునకు నేదినము నేర్పరచియున్నారు?

నార:— లగ్నపత్రిక జూచిన నంతయు దెలియవచ్చును. ఆపత్రికను దీసుకొని ద్వారకనుండి భూసురులు వెడలియున్నారు. వారీదారిగనే యింతలోననే పోగలరు, నాకు వేళాయెను.

(నిష్క్రమించును.)

[ప్రవేశము–చారుదత్త–దేవదత్త.]

చారు:— దేవదత్తా! ఇదియేనా ప్రభాసతీర్థము?

దేవ:— అవును.

చారు:—ఈచోట నించుక విశ్రమింతము.

ఘట:— పినతండ్రీ; ఆభూసురులు వచ్చుచున్నారు. నీవు మఱుగునకు బొమ్ము.

అర్జు:— నీవేమి చేయఁదలంచితివి?

ఘట:—చెప్ప నవకాశము లేదు–నీవు పొమ్ము.

అర్జు:— (పోవును)

చారు-దేవ:— (వచ్చి కూర్చొని)

చారు:— దేవదత్తా! యీపదునైదు దినములు ద్వారకలో నీగృహంబున నన్నుంచుకొని శ్రద్ధయు నాదరము నొనరించి నన్ను బ్రేమించితివి. ఇందుచే హస్తినాపురికిఁ బోవలెనన్న నామనసు నన్ను వెనుకకు నీడ్చుచున్నది.

దేవ:— నాకాళ్ళుగూడ నన్ను వెనుకకీడ్చుచున్నవి, ముందు మన పయనము సాగుటనాకేమో యనుమానముగనున్నది.

చారు:— అదేల?

దేవ:— బలరాముఁడు లగ్నపత్రిక వ్రాయింపనారంభింపగనే పొరుగింట నెవ్వరోచచ్చిరని శంఖము మ్రోయింప నారంభించిరి. అపత్రికను నాచేతికిచ్చు నప్పుడెవ్వరో "ఛీ" యని తుమ్మిరి. మనము పత్రికను బుచ్చుకొని ప్రయాణమై తలవాకిలి బయటికి బాదము బెట్టినంతటనే మార్జాల చక్రవర్తుల వారెదురుగ వచ్చిరి సరియైనదారి బట్టి నడచుచుండ ఘోరసర్ప మెదురైనందున, నడ్డత్రోవ బడి యిచ్చటికి వచ్చితిమి. ఇన్ని మంచి శకునములు గలిగినందున మనప్రయాణము కొనసాగునా?

ఘట:— (వెనుకనుండి) సాగదు. సాగదు.

దేవ:— (లేచి దిక్కులుజూచి యెవరినిఁగానక) ఎవ్వరులేనట్టి యరణ్యమున శకునములకు సహాయముగ నాకాశవాణియు వశ్రుతినుడివినది. ఈశుభశకునములు పరిసమాప్తి కావలయు నన్న నింకొక్కటియే తక్కువ.

చారు:— అదియేది?

దేవ:— దుర్యోధనుని బెండ్లికి ముందుగానెవరైన మనపెండ్లిచేసి యీప్రతికతోపాటు సొత్తులన్నియు నెత్తుకొనిపోవుట యే తక్కువ.

ఘట:— అదియునగును,

చారు-దేవ.— (బెదరి దిక్కులు జూతురు)

ఘట:—(ప్రవేశించి) పంచచామరము.

వనంబుఁజొచ్చి పాఱులార-ప్రజ్ఞ లేని భంగిగా।
మనంబులోన భీతి లేక-మందలించువారుగాన్।
ఘనంబు దోఁచు మీద దుండ-గంబు ప్రేలుచుండినన్।
మనంగనియ్య మిమ్ము నిక-మ్రింద ద్రొక్కి పైచెదన్॥

(మీ నేరంబు ఘోరమాయెగా-మీరుజాలరింక నన్ను-మీరిపోవగా)

(దేవదత్తుని బట్టుకొని యల్లాడించి) బ్రాహ్మణా! తెమ్మా లగ్న పత్రిక.

దేవ:— అయ్యో? దయ్యమా! నన్ను మ్రింగకుము.

ఘట:— నీవు కోరినపెండ్లి జేతునా లేక పత్రిక నిత్తువా?

దేవ:— వలదు-వలదు. ఇచ్చెదను (పత్రికఁ బాఱవేయును)

ఘట:—(పత్రిక బుచ్చుకొని) బ్రాహ్మణులారా! ఈపత్రికకై మీకు దుర్యోధనుఁ డిచ్చుచుండిన బహుమతి నేనే యిచ్చెదనురండు.

దేవ:—వలదు-వలదు. మమ్ము ప్రాణములతో విడిచిననదియే గొప్ప సంభావన. భూతరాజా! నీకు నమస్కారము. మాకు ప్రాణ దానము నిమ్మా. (సాష్టాంగముగ మ్రొక్కుదురు.)

ఘట:—బ్రాహ్మణులారా! లెండు. భయపడకుఁడు. మీకు సేమం బగును నావెంటరండు.

దేవ:— నీవెవరవు?

ఘట:— నోరు మూసికొని యూరక వచ్చెదరా లేదా?

దేవ-చారు:— వచ్చెదము-వచ్చెదము.

(అందఱు నిష్క్రమింతురు.)

(పునఃప్రవేశము-ఘటోత్కచ.)

ఘట:—(చేత లగ్నపత్రిక నిడుకొని) హలధరుఁడు వ్రాయించిన లగ్నపత్రిక నాచేతికిఁజిక్కినది. ఆభూసురులు సమాధానచిత్తులై సంతోషమున, నేను జెప్పినట్లు వినుచున్నారు. విజయుఁడు నారదునితోనాడిన మనోవ్యాకుల సూచకంబులగు వాక్కులను విన్న వెంటనే యాకౌరవనీచుఁడు సుభద్రాకీరవాణిని జేపట్ట నియ్యనని నేను బ్రతినబూనితిని. నాపట్టును సాధించునట్టి సాధనములన్నియు సమకూర్పుచుండిన నేను భగ్నప్రయత్నుఁడ నగు

టయేకాక, నాపినతండ్రికిఁ బెనువనటయొనగూడును. నేనుజేయ బూనిన యుపాయములను ధనంజయునకు నివేదించుట యనుచితము. అతఁడుల్లమున నెంతగ నల్లటపడుచున్నను వెల్లడిగ నాకు ననుమతి నివ్వజాలఁడు. బలరాముఁడొకఁడు దప్ప యాదవశ్రేష్ఠులందఱు సుభద్రాకన్యను బార్థునకొసఁగు ప్రీతిగలిగి యున్నారని యాదేవదత్తుఁడు చెప్పెను. విజయుఁడన్ననో, తనచిత్తమామత్తేభయానకాయత్తమైనదని నారదునితో నోటినిండ నుడివెను. ద్వారకకు జనుదెంచుకోరికకూడ నాకోకలవాణికొఱకే కాని వేఱుకాదు. వెయ్యిబొంకులు బొంకియైనను నెట్టి యుపాయముబన్నియైన నొకపెండ్లిజేయుట శాస్త్రసమ్మతము. కావున సుభద్రార్జునుల బరిణయంబునకై నానాటకమును బ్రారంభించెదను.

[ప్రవేశము-అర్జునుఁడు.]

అర్జు:— ఘటోత్కచకుమారా! ఆబ్రాహ్మణులనేల నిర్బంధించి యున్నాఁడవు? ఆర్యుల నవమానపఱచి యలయింపకుము. వారిని బంపుము.

ఘట:— పితృవ్యా! ఆవిప్రులిచటినుండి పొమ్మన్నను పోవమనసురాని సౌఖ్యసంతోషములు వారికిఁగలిగియున్నది. నీవు యోచింపకుము. లగ్నపత్రికను జదివితిని రాబోవు మార్గశీర్ష శుద్ధ సప్తమినాటికి లగ్నమిడియున్నారు. ఇచ్చటి కయిదుమాసములవధియున్నది. ఆదినముననే దుర్యోధనునకు మారుగ నీవుసుభద్రను బరిణయింపగలవు.

అర్జు:— కుమారా! ఇంకెక్కడి సుభద్రయాసనాకు? యజమానుఁడగు బలరాముఁడు వాగ్దానమొసంగి లగ్నమునిశ్చయించి, శుభపత్రికనుబంపియుండ నింకను నీకుభ్రాంతివదలదే?

ఘట:— ఆలగ్నపత్రిక సుయోధనుని జేతికి జేరనిమ్ము.

అర్జు:— ఆ పత్రికను బ్రాహ్మణులకొసఁగి వారిని బంపెదవా లేదా?

ఘట:— నాకేల నాపత్రిక? ఆవిప్రులు దమయిచ్చవచ్చినప్పుడు తరలిపోవచ్చును. నాయవరోధమేమియు లేదు.

అర్జు:— అట్లయినసరి. కుమారా! ఈప్రభాసతీర్థమున, నేనింక కొన్నిదినములుండి, యింకను గొంత భూసంచారమొనర్ప నభిలషించియున్నాఁడను. నీవిందుఁ బ్రసమున కరిగి నాక్షేమము మనవారికిఁ దెలిపి నీవు నీవనంబునకు బొమ్ము.

ఘట:—నేఁడు ద్వారకకు బోవుదమంటివే?

అర్జు—పర్యాలోచన సేయుటలో ద్వారకా ప్రయాణము సంక్షేపించితిని.

ఘట:—పితృవ్యా! ఏలదాచెదవు? నీడెందములోని గొందలము దెలియకుండునంతటి మందబుద్ధినా నేను? శ్రీకృష్ణుని జెల్లెలిని వలచిన ఫల్గునునిగోర్కె వ్యర్థమగునా? ఏలరోూచించెదవు?

అర్జు:—కుమారా! ఎంతదాచినను నాసంచలనము నిమ్మళింపకున్నది నాకు నొసంగనెంచిన చంచలాక్షిని నావగతుఁడు బరిగ్రహించునుకదా యను వైరస్యము చలమునెసగించి నాకు విరక్తి బుట్టించియున్నవి. ఆకన్యకామణి నన్నుఁ జేకట్టకున్నచో నేను సన్న్యాసినై కుగ్రిమ్మరుచుందును

ఘట:—ఇంద్రనందనా! నీచందము నెఱుంగక లేని సందేహంబులఁ బొంది యలందురుదువేల? ఇందుకు నేనేమందును? సర్వవేత్తవగు నీకు నుద్బోధించునట్టి శక్తి నాకుగలదా? అయిన నీవిప్పుడు మైమఱచి యుండుటచేత నాకు దోచినతీరు వాకుృచ్చకున్నదీఁడదు. ప్రపంచమున వివాహములు నెగడించుట దంపతుల యొక్క భవిష్యత్సంతోషమునకే కాని వినోదమునకు గాదు కదా?

సీ॥ అతివపలతి సౌఖ్య-మలరంగవలెనన్న-మదినిసుస్థిరప్రేమ-యొదవవలయు।
ప్రేమబంధనపీప్తి-వెలయంగవలెనన్న-వరునితో భాషించివలవవలయు।
యుక్తభాషణశక్తి-యొనగూడవలెనన్న-యువతివిద్యను నేర్చి-యుండవలయు।
వగవిద్యపాలతుక-పారయంగవలెనన్న-పటిమమైప్రాయంబు-బడయవలయు॥
గీ॥ పిన్నతనమునబితరులు-ప్రీతికొలఁది।
వరుఁడితఁడువధువిదియని-వరుసలిడుచు।
బ్రేమయెఱుఁగనిబొమ్మల-బెండ్లిసేయు।
పాపచిత్తులుదుగకాళ్ళ-పసులుగారె॥

పితృవ్యా! నీవు సుభద్రనుఁజూడలేదు. ఆతరుణి నిన్నుఁబిలకింపలేదు. ఆమరాళయానపై నీవు విరాళిజెందినట్లె యాబాలకు నీపై బాళి గలదని తెలియునా? ఆసుదతి సుయోధనుని వలవలేదని యెఱుంగుదువా? ఈవార్తనరయక యూరకతల్లడముజెందుట గోలతనముగాదా?

అరు:__నీమాట నిక్కము. నీయొక్క హితాలాపములు నాబేలతనమునుఁబాపెను. సుభద్రయొక్క మనోభావము వేరుగానుండెనేని చింతయే తీరినది. అటుగాక నాయింతి సమ్మతింపని బలవంతపు పెండ్లిని బలభద్రుఁడు తలపెట్టియున్ననెట్లు?

ఘట:__ అందునకే, ద్వారకకుబోవుదము రమ్ము. సమయమరసి యాకుసుమాంగినిగాంచి భాషింపుము.

అరు:__ తనయా! ఇది నావలనఁగానిపని. ద్వారకయందంతయు, సుభద్రా సుయోధనుల పెండ్లి నెగడబోవువార్తానది ప్రవహించుచుండ నేనుబోయి, పరిహాసమునకు గుఱిగావలెనా? బలరామకృష్ణులకు మోముఁజూపఁగలనా? ఆభాసురాంగితో భాషింపగలనా?

ఘట:__ అట్లయిన నిజమరయుటెట్లు?

అర్జు:__నాకుఁదెలియదు. నీవే యేమైన నొనరింపుము.

ఘట:__(యోచించి) అట్లయిన నాయోచనకొలఁది కలతీరు విచారించి వచ్చెదను. సుభద్రకు దుర్యోధనునిఁ బెండ్లియాడు సమ్మతిలేకున్న నాదుష్ట కౌరవునకు పరిభవమునొనర్పు కార్యమునకు నీయనుమతి నియ్యవలెను.

అర్జు:__నీవేమొనరించినను నాకు సమాధానమే.

ఘట:__అయిన నీవు నుడివినరీతిగ, నేటినుండి నీవు సన్యాసివేషముననే యీప్రదేశమున చరించుచుండుము. నేనుబోయెదను.

(యవనికజారును)

ద్వితీయాంకము-తృతీయరంగము

ద్వారక: అంతఃపురము

సుభద్ర:— (పడకపైన పరుండియుండును)

మాధవి:— (సుభద్రకుఁగాలి వేయుచుండును)

సుభద్ర:— పాట (అనుబంధము 11)

(ఊపిరివిడచి) అన్నా! బలరామా! చిన్ననాఁటినుండి నిండు ప్రేమ నెరపిగోమునఁబెంచిన నీవేనా సేమమునరయవైతివే! ఆ దుర్యోధనుఁడు రాజ రాజగుటచేత నాహృదయ కమలమునకు శాత్రవుఁడగునని నుడివితినే? వాఁడు కురువీరుఁడైన నాకు రవుకాఁడని నుడివితినే? నేనుప్రీతింపని వానిని నాకు నాథునిగఁ జేయుటకన్న నన్ను నూతద్రోయుట పూతమని మొఱయిడితినే? నీచరణములపైఁబడి చెఱఁగునొడ్డి వేఁడినను నీకుఁగరుణ రాకపోయెనే? చిఱుతనాఁటినుండి, పార్థునిఁబ్రేమించి లోలోన నంకురించి పెరిగి ఫలభరితమైయున్న నామోహ వృక్షమును నొక్క వ్రేటునకు నరికివేయ నీతరమగునా? ధనంజయుని వరించియున్న నామానసమన్యుఁ డెట్టివాఁడైనను పాటించునా? పార్థుఁడుగాని యితరుఁడు బ్రతికియున్న సుభద్రయొక్క పాణినిఁ బట్టఁగలఁడా? కృష్ణా! బలరాముఁడెగరినట్లంతయు నీవు మాఱుఁ బలుకక నూరకున్నాఁడవే? ఎన్నియో మారులు నామనోనాథుఁడగువాఁడు నీయనుంగు ధనంజయుండేయని నాతోడఁ బల్కి నాయూర్మిమాన్పి కూర్మినెలకొల్పితివే? ఇట్టిసంతాపమున వందురుచున్న నీసోదరినించుకైన నాదరింపక నున్నాఁడవే? ఇంకనాగతియేమి? ఎవ్వరితోఁజెప్పుకొందును? ఏచోటునకుఁబోవుదును? నాకుఁబంధువులెవరు? మిత్రులెవరు? దిక్కెవ్వరు? హాఁదైవమా!

(అనుబంధము-12)

(పాడి మూర్ఛిల్లును)

మాధవి:— అమ్మా! నిమ్మళింపుము-(అని చేరఁబోయి) ఈకోమలి మూర్ఛిల్లియున్నది-నేను వెడలిపోయి రేవతీదేవినిఁ బిలుతమన్న నిచ్చట నెవ్వరునులేరె?

[ప్రవేశము-భద్రా.]

భద్ర:— ఏమేమాధవీ! సుభద్ర యెట్లున్నదే?

మాధవి:— అమ్మా! భద్రాదేవీ! ఈకాంత సంతాపము చెప్పనలవికాదు- మూడుదినములనుండి కమలిన కుసుమమైయున్నది- ఇప్పు డేమేమో కలువరించి సొమ్మసిల్లియున్నది.

భద్ర:— (సుభద్రను నిరీక్షించి) మాధవీ! మగవారెంత బుద్ధిమాంద్యులే? సుయోధనుని, నేనొల్లనని యీపల్లవాధర రేవతీవల్లభునితోడ నెంతగోడుగఁజెప్పి యేడ్చిన నా బలరాముఁడు తన జడ్డుఁదనము విడువఁడాయెను - ఆదుర్యోధనునితోఁగాపురముఁ జేయునది తనచెల్లెలా లేకతానా?

మాధవి:— ఏమోయమ్మ-అపలుగాకిశాకి నీభూతమునకుఁబుట్టిన శకునియను కాకిముక్కు వాఁడుమాయింటఁ గాలుపెట్టిన దాదిగఁసుభద్రకుఁభూతము సోఁకియున్నది. ఈమె గతి యేమగునో దేవుడే యెఱుఁగును.

సుభ:— (దిగ్గున లేచికలువరంబునఁగోపముతో) అన్నా! నీవేవానినిఁబెండ్లియాడుము. నానాధుఁడు గంగలోనున్నాడు. నేను పోయెదను.

(అని లేవఁబోయిగూలఁబడును.)

భద్రా:— సుభద్రా! ఊరడిల్లుము (అని గాలివిసరి) మాధవీ! నీవు లోనికిఁబోయి రేవతీరుక్మిణులకు సుభద్రయొక్క స్థితినిఁదెలిపి రమ్ము

మాధవి:— (పోవును)

భద్రా:— సుభద్రా! సుభద్రా! కొంచెముకన్నులు దెఱవుము. మాటలాడుము.

[ప్రవేశము రేవతి-రుక్మిణి-మాధవి.]

సుభ:— (లేచి తాపమున) కృష్ణారమ్ము. ఈబలరాముఁడు నాకుత్తుకకు నురిత్రాడు బిగించియున్నాఁడు. రక్షింపుము. రక్షింపుము. రేవతీదేవీ! నీకాళ్ళ కెరఁగెదను. కావుము. రుక్మిణీదేవీ!

నీవై ననాకుఁబ్రాణదానమిమ్మా. బలరామా! నీవునాకన్నహా? కిరాతుఁడవు. అక్కటికములేని కటికివాఁడవు. ఈమంగళసూత్రము నీవేకట్టుకొనుము (గొంతులోని దండ(దెంచివేయును).

భద్ర:— (సుభద్రను బట్టుకొని) సుభద్రా! ఇదేటి కలవరమే? అందఱు భీతులైయున్నారు?

రేవతి:— మాధవీ! నీవు పోయినానాథునిఁదోడిదెమ్మా.

మాధవి:— (పోవును)

సుభ:— (భద్రను గౌగలించుకొని) పార్థా! నీవునాకుఁబ్రాణదాతవు. నాప్రాణనాథుఁడవు (మ్రొక్కి) నీవురాకున్న నాగతి యేమగుచుండెనో? అయ్యో! నాయన్నవచ్చుచున్నాఁడు. నిన్నేమిచేయునో? నన్నువిడువకుము (మూర్ఛ)

రుక్మి:— అక్కా రేవతీ! బావగారుచేసిన హోవడిలో మన సుభద్ర దక్కునట్లులేదు.

రేవతి:— నేనేమి నెత్తినిఁబగలగొట్టుకొందునా? ఎంతచెప్పినను వినలేదు.

[ప్రవేశము బలరాముడు]

బల:— రేవతీ! సుభద్రకేమైనది?

రేవ:— దేవకీ వసుదేవుల పలుకులు సరకుసేయక నీవె పెద్దఱికము గట్టుకొనిచేసిన బుద్ధిజాడ్యపు పనికి నీముద్దుచెల్లెలి ప్రాణాపాయ భీతియెల్లరకుఁ బాటిల్లియున్నది.

బల:— వెఱ్ఱిదానా! ఊరకప్రేలకుము (సుభద్రను సమీపించి) సుభద్రా! (అనిపిలుచును.)

సుభ:— (పలుకదు)

బల:— మాధవీ! రాజవైద్యుని బిలువ సేవకునిబంపుము–భద్రా! వైద్యుఁడు వచ్చువఱకు నీవుచెల్లెలి యొద్దనేయుండుము. ఇచ్చట సందడికలుగకుండ తలుపులుమూయుము. రేవతీ! నీవిందుండదగవు పోదమురమ్మా

రేవ-బల:— (ముందటికివచ్చెదరు)

బల:— రేవతీ! అందఱియెదుట నామానము దీయుచున్నావే నేనేమి చేయరానిపని జేసితిని?

రేవ:— ఆచిన్నదానికి మనసురాని మగనిని గొంతునకుఁగట్టునంత పంతమునీకేల? అదియేమి ముగ్ధయా? యుక్తాయుక్తపరిజ్ఞానముగల యువతికాదా? అదివలదన్న పతిని బలవంతముగ వరింప జేసిన, దానికి సుఖముకలుగునా? మనకందఱికి క్షేమమగునా?

బల:— నేను మిగులయోచించి యీబాలికకు సౌఖ్యము గలుగు చోటునకు నియ్యనిశ్చయించినాఁడను. దుర్యోధనునకు నేమిట దక్కువయున్నది? విచారించిన విజయునకు నైశ్వర్యమేమి యున్నది?

రేవ)— నీయైశ్వర్యముపైన బెద్దబండపడని. స్త్రీవరింప వలసినది మగనినా లేక భాగ్యమునా?

బల:—నీకేలనే యీపెత్తనము? స్త్రీలగువారు మగవారికార్యములలోఁబ్రవేసింపరాదు. మీమాటలువిన్న మామతాదలు నిలుచునా? మన సుభద్రకు దగువరుఁడు సుయోధనుఁడే కాని, యితరుఁగాఁడు.

రేవ:— ఇది మగవారందఱి తాత్పర్యమా లేక మీయొక్కరిదేనా

బల:— ఒకరి సంగతి నాకెందుకు? నేను గన్నవారి యభిప్రాయమునడుగునంతటి యవివేకినిగాను.

రేవ:— మీదమ్మునినైన నడిగితిరా లేద?

బల:— అడిగితిని. అతఁడేమియుననక నూరకుండెను.

రేవ:— దుర్యోధనునకు సుభద్ర నియ్యవచ్చునని యొక మాటయిన ననెనా?

బల:— అనలేదు. అనకున్ననేమి?

రేవ:— ఇంక మీయెగురులాటలు, పెండ్లిసంబరములు నన్నియు గట్టిపెట్టి లగ్నపత్రిక పంపినది తప్పాయెనని చెంపలు వాయించుకొని, దుర్యోధనునకు క్షమాపణపత్రికబంపి, మర్యాదదక్కవలెనన్న వేఱువిచారముమాని, యర్జునునకు గన్యనిచ్చి పెండ్లి చేయుఁడు.

బల:— రేవతీ! ఎంతయజ్ఞానురాలవే?

రేవ:— నీవు జ్ఞానవంతుఁడవైన నీతమ్మునితో "అస్తు" యనిపించుకొని సుభద్రకు పెండ్లిజేయుఁడు. లేకున్న మీమానము మగవారిలోను, నామాన మాఁడవారిలోను దక్కదు.

బల:— నేను తలపెట్టినది మానను. యాదవకులమంతయు నొక్కటైనను నేను వదలను.

రేవ:— నేను ఫల్లటిఱచి చెప్పెదను. ఈపెండ్లి కాదు. కాదు.

పాట ఇద్దఱిది. (అనుబంధము 13) (పోదురు)

[ప్రవేశము-సుభద్ర-భద్ర.]

సుభ:— అక్కా! నాయాసవిడువుము. అమరనాథ కుమారుని, వరమోహనాకారుని, లోకవిదితశూరుని, రూపజితమారుని, సరససుగుణవిహారుని, నరుని, నేపతిగవరింతునని, యెంతో నమ్మియుంటిని. నాయంతరంగ తరంగిణిలో పొంగారుచుండిన యానంద తరంగములు, రంగాఱిభంగురములాయెనే. ఈఘోరపరితాపము నెట్లుభరింతును? భద్రా! నేనేమిచేతును?

సీ॥ ఏదిక్కునకుజన్న-నేమిచేయుచునున్న-పార్థుని ధ్యానంబు-బాయజాల।
పూజింపగడఁగినఁ-భుజియింపదొడఁగినఁ-విజయునిదలఁపు నే-విడువజాల।
ఆటకైతమిలేదు-పాటపైమదిపోదు-తెఱవ! నాగతియేమొ-తెలియలేదు।
మఱచితిసుఖమెల్ల-బఱచితిభయమెల్ల-నరునిపైస్మరణంబు-తరపలేనె॥

గీ॥ అన్న నాతిగులముగన-కున్నవాఁడె।
ఎంతవేఁడిననాసుఖ-మెంచలేఁడె।
నీరజాక్షుండుపిలిచినఁ-జేరరాఁడె।
ఇంతి! నాబాధఁదీర్చువాఁ-డెవఁడులేఁడొ॥

పాట-ఇద్దఱిది (అనుబంధము 14)

భద్ర:— సుభద్రా! నీవు విద్యనేర్వనిపందవుగావు. ఈధరణిని మెఱయుచున్న ధీరభామినుల చరితములు జదివియును నట్టివారిని జూచియు నున్నదానవు. దూరమేల? నీయింటిలోననే నీయెదుటనే యుండునట్టి రుక్మిణీసత్యభామలు చాలరా? కావున ధైర్యముబూనుము. మనముకోరని పురుషులకుగట్టి వైవమనమేమి పసులమా?

మ॥ చెలియా! నీమనసారఁ గోరినపతిన్ - జేపట్టు నిర్బంధమున్।
సలుపన్ జాలఁడు రాముఁడెందు; విడుమా సందేహసంతాపముల్।
నెలఁతా! స్త్రీయన నాకు మేయు యజమా - మేషంబుతోఁ బోలగన్।
బలరాముండికఁ గాంచు నీదు బలమున్ - బాలామణీ! తాళుమా॥

మనకు మనసు రానప్పుడు నిర్బంధించు పెద్దల పాటెంత? వారినెదరించియైనను బెదరించియైనను వంచించియైనను మనపట్టు సాధించుకొనఁజాలమా? బలరాముఁడు జేయఁదలఁచిన పెండ్లికింకను నయిదుమాసములవధియున్నది. నీమనోవాంఛ నొనఁగూర్చుకొనుట కవకాశము మిక్కుటముగనున్నది. నీకువలసిన సహాయ్యమునొనర్ప నేనుసిద్ధురాలనైయున్నదానను. యోచింపకుము.

సుభ:— భద్రా! ఈసంకటసమయమున నాకు దల్లియు దండ్రియు నాప్తమిత్రివు, ప్రాణదాతవు నీవెయైతివి. ఇపుడు నాయుల్లమున ధైర్య సంతోషములను నీవు చేరఁజేసినందునకై యెన్నిజన్మము లెత్తినను నీఋణము నేదీర్పజాలను. బలరాముఁ డగ్రజుఁడే, పూజనీయుఁడే, నేనెట్లుదరింపగలనని యదరుచుంటిని.

బద్రా:— మనరుక్మిణికి నారుక్మి రాజన్న కాఁడా? అతఁడామెను శిశుపాలునకిచ్చి నిర్బంధముగ బెండ్లిజేయను సిద్ధుఁడై యుండినప్పుడు రుక్మిణి తనయన్న కవమానముకలుగులాగున మనకృష్ణుని రాక్షసవివాహంబున బరిణయింపలేదా? ఇందున నీకుఁ దెలియనిదేమున్నది?

సుభ:— అక్కా! మనరుక్మిణికి ధీయుతుఁడగు బ్రాహ్మణుఁడొకఁడు సహాయుఁడాయెను. అట్టివాఁడు మనకున్నాఁడా?

భద్రా:— సుభద్రా! ఈయల్ప కార్యమునకు బ్రాహ్మణుఁడేల? పురుషుఁడేల? నేను చాలుదును. నీసుఖమునకై నాప్రాణము లర్పింప సిద్ధముగ నున్నదానను.

పాట (అనుబంధము 15)

సుభ:— భద్రా! నాసంతాపము తిలకింపజాలక నీవిట్లాడెదవు. పురుషు లొనర్పుటకైనను కష్టతరమగు గార్యము కదా యిది? నాకుఁదోడుపడబూనుకొని నీవు కీడునొందిన నేనెట్లుసైరింతును? ఎంతటి యపకీర్తి కలుగును?

భద్రి.— చెల్లెలా! నాకై చింతింపకుము. విజయుఁడు ప్రభాసతీర్థమున నున్నాఁడని తెలియవచ్చినదికదా? కడుదూరముగాదుకద! అపజయమగునట్టి సాహసము నేనొనర్చుదాననుగాను. భీతిల్లకుము. పార్థునకు నీ మోహప్రీతిఁ దెలుపు పత్రిక వ్రాసియుంచుము. నేను మరలవచ్చి దానినిగొనిపోయి కార్యము సాధించెదను? (ఆలకించి) రేవతి రుక్మిణులు వచ్చునట్లున్నది. నేనుబోయెదను. (లేచి పోవుచుండ)

[ప్రవేశము—రేవతి.]

రేవ.— భద్రా? నీచెల్లెలెట్లున్నది?

భద్రి.— నెమ్మదిగనున్నది.

రేవ.— అట్లయిన నీవేలబోయెదవు? నీవు చెంతనుండినందున నీకొమ్మ నిమ్మళించియున్నది. నీవుపోయిన మరలనేమగునో? నేడు మాయింటనే భుజింపుము.

సుభద్రి.— వదినెగారు! భద్రను బోనిమ్ము. నాకేమియు భయములేదు.

భద్రి.— (పోవును.)

రేవ.— సుభద్రా! నీనోటనిట్టి సమాధానవచనములు పలికినది, మాదెంతపుణ్యము? ఇంటివారందఱు నీపరితాపముగాంచి యంగలార్చుచుండిరి.

[ప్రవేశము—బలరాముఁడు.]

బల.— సుభద్రా! నీతాపమింకను శాంతమొందియున్నదా?

సుభ.— నాకేమి తెలుసును? వైద్యునియడుగుము.

బల.— చెలియలా! నాపైననింత విసుగేల?

సుభ.— అన్నా! నాకెట్టియవసరమున్నదని. నీకు మిగుల కూర్మిగల కౌరవ సార్వభౌమునకు ననుదగులగట్టుచుండ నేను సంతసింతునుకాని విసుగుగొందునా!

బల.— సుభద్రా! నీవు చిన్నదానవు. మంచిచెడ్డల నెన్నజాలవు. ముందు సుఖముగలదని యెఱుఁగనిగోలవు. ఇప్పుడు నీవెంతసంతాపపడియెదవో యంతకు నూఱంతలు సంతోషము నీకుగలు

గును. చింతిలకుము. రేవతీ! ఈబాలనూరక నలయింపకుఁడు. దీనితో హెచ్చుగ ముచ్చటలాడి చొక్కింపకుఁడు.

(నిష్క్రమించును.)

సుభ:— వధూనీ! అన్నమాటనిజము. నాయెడకు నొక్కరును రాకుఁడు. నన్ను విశ్రమింపనిండు.

రేవ:— (పోవును)

సుభద్ర:— వసంతసేనకుమారి నాయనుఁగుచెలి, నాభద్ర యెట్టి ధీరమానసముకలది? ఇట్లనుటచేత నేను భీరువనని యొప్పికొనుటకాదు. నాయన్న లిడినఆనకు నాకేమిటఁగొంతజేయక నా మాటకు మారాడక, నావాంఛకు వేఱెంచక, నాప్రీతికిఁబ్రతి బల్కక, నావాదము కాదనక, యాదరించుచుండుటచే నాస్వభావ గాంభీర్యమును నేనెఱుఁగకుంటిని. ఇప్పుడు నామనుగడనంతయుమడవుజేయ నాయగ్రజుఁడు బద్ధకంకణుఁడై యుండుటబట్టి నామడిమంచబాపి మగటిమి జూపవలసివచ్చినది. రెండంశములు యోచనీయములైయున్నవి. నాబ్రతుకంతయు నిరర్థకము జేసికొందునా, లేక నాయన్న గావించినదానికి మారుబన్ని నాభిన్నత్వము బాపుకొందునా? రెండవదియేయుక్తము.

మ|| ధరపైరాజకులంబులో జననమాధన్యంబు నేగాంచుచున్।
ఇరవారన్ శరవిద్యలన్ జదువనై-యిమ్మొంది నేనుండగన్।
గురుదౌర్గ్యంబును జూపునట్టితరిలో-గొంకొందిశంకింతునా?
నరునీపీటికిఁదోడితెచ్చుకృతికై-నాభద్రనంపించెదన్||

(వ్రాయుటకు సిద్ధపడి)

హృదయమా! చలింపకుము.

నీకైతవము కామపాలునకు హితముకాదని వెనుఁదీయకుము. నీచేత, బలుసాహసంబని భీతిల్లకుము. చేరుగడనున్న ధైర్యమును బాఱఁద్రోలకుము. హస్తమా నీవు స్థయిర్యము వహింపుము. నీవు తలపెట్టినది వంపు శౌర్యముకాని కలుషకార్యము కాదు, నీవు పట్టనున్నది పలుచనికలముగాని పదునగు గత్తికాదు. కలమా! నీవునావ్యాకులజలధికిఁగలమై, నాకేలునకుబలమై, నా

వలపు ముసికాదని తెలుప నీమసిలోనమునిగి, నావల్లభుని చల్లని యుల్లమువలెనున్న యీ తెల్లని కాగిదముపైనవ్రాలి, నామోహమర్మమును వ్రాయుము. (వ్రాయును.)

ఉ॥ అన్నహలాయుధుండు నను నారడిబెట్టుచు గొరవేశునా ।
మన్నియఁజేసి నామనువుమాపుమనంబుననున్న వాఁడయో! ।

(ఇంతమాత్రమే వ్రాసియుంచును.)

[ప్రవేశము భద్ర-మగవేషమున]

భద్ర:— (నవ్వుచువచ్చి) సుందరీ! సుభద్రా! నాకు స్వాగతమే కదా?

సుభ:— దుండగీఁడా! నీ వెవ్వడవు? ఏలవచ్చితవి?

భద్ర:— వన్నెలాడీ? నాకు గుశలమేకాని, నీకును కుశలమా?

సుభ:— దుష్టుఁడా! నిన్నెవరు లోనికి రానిచ్చిరి?

భద్ర:— వారిజాక్షీ! మావారందరు క్షేమముగనున్నారు. మీవారికిని క్షేమమేకదా?

సుభ:— కుటిలాత్మా! వెడలిపొమ్మిచటినుండి.

భద్ర:— కుటిలకుంతలా! తొలుత నీవు కూర్చునుము. పిదప నేను కూర్చుందును.

సుభ:— క్రూరాత్మా! సురాపానము జేసివచ్చి, యంతఃపురము జొచ్చి వదరెదవా?

భద్ర:— మదిరాక్షీ! నీయధరసుధాపానము జేసి, యంతరంగమున మెచ్చి వదలెదను. (సమీపించును)

సుభ:— పలువా! ముందునకడుగిడిన నీతలపగులును.

భద్ర:— పొలఁతీ! ముద్దునకొడఁబడిన నాతలఁకగలును.

సుభ:— అధముఁడా! నీవేమి బధిరుఁడవా?

భద్ర:— మదవతీ! నీమాటమధురమే.

పాట (అనుబంధము 16)

సుభ:— భద్రము. నీప్రాణముగాచుకొనుము. (కొట్టబోవును)

భద్ర:— ఈభద్రకెప్పుడును భద్రమే! (నిజరూపము జూపును.)

సుభ:— అయ్యో! అక్కా! ఎంత మోసము జేసితివే?

భద్ర:— ఇంత మోసము జేయుచున్న నీప్రాణకాంతుఁడు నా చేతికిఁ జిక్కునా? దారిలో నేను బ్రతుకుదునా?

సుభ:— అక్కా! ఈమగవేషము నీకెంతయొప్పియున్నదే?

భద్ర:— నన్ను నీవు పెండ్లాడునప్పుడు వర్ణింతువులెమ్ము. ఏదీ పత్రిక! లెమ్ము.

సుభ:— (పత్రికనిచ్చును) అక్కా! నీకు నెక్కువగా నేను చెప్ప వలసినదేమున్నది?

భద్ర:— శీఘ్రము విజయుని గూర్పుమనియే (అనిపోవును పత్రికను చదువుచు మరలివచ్చి) ఇదియేమే పత్రికపూర్తిగ వ్రాయలేదు?

సుభ:— అక్కా నాకుముందు తోఁచలేదు.

భద్ర:— అట్లనా? నేనుముగింప యత్నింతును.

(యోచించి వ్రాయును.)

ఉ॥ అన్న హలాయుధుండు నను నారడి బెట్టుచు-గౌరవేశు నా
మన్నియఁ జేసి నామనువు మాపుమనంబున-నున్న వాఁడయో! ।
క్రన్ననవచ్చి నిన్వలచుగన్నె సుభద్ర కరంబుఁబట్టగా ।
బున్నెమగుఁ గదా విజయ! భూరిదయాహృదయా! ధనంజయా! ॥

సుభ:— (చదువును) సంతోషమున భద్రను కౌఁగలించుకొనును.

(తెఱజాఱును.)

తృతీయాంకము-ప్రథమరంగము.

ద్వారక చెంత-ఉద్యానవనము.

[ప్రవేశము-ఘటోత్కచుఁడు బ్రాహ్మణ వేషమున]

ఘట:— అహ్హాహ్హా! (నవ్వుచు) నేనెంత సొగసుగనున్నాను! ఉండక నేమి? వేసినది వేషము. ఆ వేషమును దాల్చుటలో వారివీరి పోలిక యెందుకని యించుమించుగ నర్జునునిరూపమునకు సరిపోవు రూపమునే ధరించితిని. అందువల్లనే ముద్దుగనున్నాఁడను. ఇంక దారిలో నన్నుగాంచి గారవింపని మానవుఁడే లేడు. ఎదుటబడినవారు చేసిన నమస్కారములకు నేను పురస్కారముచే

యలేక వేసరితిని. వట్టిదండములు బెట్టువారలేకాని నాకడుపు నిండ భోజనము పెట్టువారు లేరు. నిన్నరాత్రి నన్ను విందునకు బిలచిన బ్రాహ్మణుఁడు పండ్రెండు మాసములకు గ్రాసముగ జేర్చిన పదార్థములన్ని వండించినను నవి నాకొక్కదండి కబళమైనను గాకపోయెను. ఇంక ద్వారకలో నాతిండికి నెందఱియిండ్లు పాడగునో? నేనేమిచేతును. కడుపుచెడ్డది. అందులో బ్రాహ్మణుని గడుపు.

ఉ। పోడిమికూడుపాయసము-పొంగలిపేణి మిటాయిలాడులున్।
వేడుక మెక్కి యొక్క మొగిఁ బెండిలి శ్రాద్ధపు భక్ష్యపేటికల్ ।
మేడలుబండ్లుకోడలును-మిన్నువసుంధర సూర్యచంద్రులన్ ।
బాడబమైనమ్రింగఁగల-బాఁపనిపొట్టకు సాటియున్నదే? ॥

ఇచ్చటికి ద్వారక యొకక్రోశమున్నది. ప్రభాతమగుచున్నది. ఈ తోఁటయందించుక విశ్రమించి పురము బ్రవేశించెదను. (చప్పుడువిని) ఎవ్వరో వచ్చుచున్నట్లున్నది. నాజపము నారంభించెదను. (కూర్చుని ధ్యానముననుండును.)

[ప్రవేశము-భద్ర మగరూపున)

భద్ర:— నాసదనమునుండి వెడలి యుదయమగులోపల నీయుద్యానవనమును జేరితిని, ఇచ్చట నించుక ఫలహారమునర్చి నీరము ద్రాగి ముందుదారి బట్టెదను. (ఘటోత్కచునిజూచి) ఈపురుషుఁడెవఁడుండవచ్చును? సామాన్య విప్రునకిట్టి భవ్యదేహము, దివ్యతేజము, నవ్యరూపము నుండనోపదు. భూలోకనివాసులగు యౌవన భూసురశ్రేష్ఠులనెందఱినో చూచినదానను. ఇట్టివన్నెవాసి యెవరియందునుగానను. పెండ్లియన్న నసహ్యపడుచున్న నాకు నీవిప్రునిఁగాంచి నప్పటినుండి, పురుషుఁడులేని వెలఁదిమనికి నిష్ఫలమని స్ఫురించి మది చలించుచున్నది. నాతారుణ్యమును ధారపోయవలయునన్న మోహసుందరుని వరింతునేకాని సామాన్యునిఁ గన్నెత్తియైనఁజూడను. ఈమనుజశేఖరుఁడు భూసురుఁడైనను నామానస సరోజభాస్కరుఁడై యున్నాఁడు.

ఘట:— (కన్నుతెఱచి మరల మూసుకొనును.)

భద్ర:— విప్రపుంగవా మీరెవరు?

భద్ర:— నేను ద్వారకాపురవాసిని. యాదవకుల రాకొమరుఁడను. భద్రుఁడనువాఁడను.

ఘట:— రాజకుమారా! నేను హస్తినాపురమునందొక బ్రాహ్మణుఁడను. రాజనాటకసభకు సూత్రధారుఁడను. నాపేరు జయుఁడు.

భద్ర:— (స్వ) ఆహా! ఇతఁడు నిక్కముగ నాటకమాడుచున్నాఁడు. ఇతనిపేరు జయుఁ డనుటమిథ్య. ఇట్టితేజోవంతుఁడు మా విజయుఁడేయై యుండవచ్చును. ఆభూపాల నందనుఁడు మారువేషమున బేరుమార్చుకొని యిచ్చటికిరాను కారణమునుగలదు. నిదానముమీద నంతయుఁదెలియును. (ప్రకాశము) భూసురోత్తమా! మీరిచ్చటికి వచ్చిన కారణము నడుగవచ్చునా?

ఘట:— రాజకుమారా! నీవు నిచ్చటికివచ్చిన కారణము నడుగవచ్చునా?

భద్ర:— నేను ద్వారకలోని గృష్ణనాటకసభలో నటివేషధారిని. మాసభకు దగుమైన సూత్రధారుఁ డిదివఱకు జేకూడనందున నట్టివాని వెదుకబోవుచు దారినుండు నీతోఁటకు వచ్చితిని.

ఘట:—(స్వ) ధ్వనిఁజూడ బురుషుఁడుగ దోఁచదు. చిహ్నాలన్నియెన్నగ నిది యన్నుగనే తోఁచుచున్నది. ఏదో మగువమగవేషముననున్నది. దీనినాటకమేదో కనిపెట్టవలయును. (ప్రకాశము) రాజవదన! కాదు. రాజనందనా! మన్నింపుము. సూత్రధారుఁడు నటిని సంబోధించునట్టి మాటను బొరపాటున నుడివితిని—నేను ద్వారకలో జరుగబోవు సుభద్రా సుయోధనుల పరిణయకాలంబున మాసభవారి నాటకఖేలనములు జేయుటకు దగు నెర్పాటు లొనర్పబోవుచున్నాను.

భద్ర:— (స్వ) ఇతఁడు విజయుఁడగునను నాయభిప్రాయము క్రమక్రమముగ స్థిరమగుచున్నది. (ప్రకాశము) రాజవర్యా! కాదు. విప్రవర్యా! క్షమింపుము. నేను రాజపుత్రుఁడనగుటచే రాజుల సంబోధించి యభ్యాసము. నీనాటకసభలో సూత్రధారులెందఱున్నారు?

ఘట:— ఇద్దఱున్నారు.

భద్ర:— నటీకాంతలెందఱు?

ఘట:— ఒక్కతెయే.

భద్ర:— అట్లయిన నేను బూనినకార్యము నెఱవేఱినది. ఇంక నేను ముందునకుబోవ నక్కఱలేదు. నీకార్యమునకు నేను సహాయము నర్పెదను. రమ్ము ద్వారకకు.

ఘట:— నీకార్యమెట్లు నెఱవేఱెను?

భద్ర:— ఇద్దఱు సూత్రధారులలో నొకఁడు నీసభకాయెను. నీవు నాసభకైతివి.

ఘట:— అదెట్లగును? నేనొప్పను.

భద్ర:— నీవుకోరిన భోగభాగ్యములన్ని లభించుచుండ నెట్లొప్పవు

ఘట:— ఊ ఇదికానిపని. నేనులేకపోయిన మాసభవారు ద్వారకకే రారు,

భద్ర:— ద్వారకలో సుభద్రాసుయోధనుల పెండ్లినిలచి వేరు పెండ్లియైన వచ్చెదవా?

ఘట:— ఆవేరుపెండ్లి యేదియగును?

భద్ర:— సుభద్రా విజయులది.

ఘట:— (నవ్వున) అప్పుడేమొ?

భద్ర:— ఏమో యనెదవెందుకు? ఆపెండ్లికి నీవు రానేవలయును.

ఘట:— అదేల?

భద్ర:— పెండ్లాడు విజయుఁడు సూత్రధారుని కొమారుఁడుకదా?

ఘట:— నీమాటలు నాకర్థముగాదు.

భద్ర:— అర్థముకాదా? అయిన వినుము. సూత్రధారుని కుమారుడన్న నింద్రనందనుఁడు. అతఁడే విజయుఁడు తెలిసెనా?

ఘట:— ఏమోతరుణీ! నీచమత్ ....(నిలుపును)

భద్ర:— నేను తరుణినైన నీవు వివర్ణలోపమునొందిన విజయుఁడవుకావా?

ఘట:— నీవు సువర్ణము నిరసించిన సుభద్రవుకావా?

పాట—ఇద్దఱిది (అనుబంధము 17)

భద్రి:__ నేను సుభద్రనుగాను.
ఘట:__ నేను విజయుఁడనుగాను.
భద్రి:__ నేను నమ్మను. నీవు విజయుఁడవే.
ఘట:__ నేను నమ్మను. నీవు సుభద్రవే.
భద్రి:__ అయిన యీజాబు (తీయును)

[ప్రవేశము–రుక్మిణి]

రుక్మి:— (బ్రక్కనుండి) కృష్ణా! ఇటురమ్ము.
భద్రి:__ (శీఘ్రముగబోవుచుండ పత్రిక జాఱిపడును.)
ఘట:__ (పరుగిడును.)
రుక్మి:__ కృష్ణా!

[ప్రవేశము–కృష్ణ.]

కృష్ణ:__ ఏమి రుక్మిణీ! పిలిచితివి.
రుక్మి:__ ఈతోటయందెవ్వరో బహుబీభత్సముగ సరసములాడుచున్నట్లున్నది.
కృష్ణ:__ ఏదీ! ఎవ్వరున్నారు? (పోయి క్రిందబడియున్న పత్రికను జేకొనిదాచి) రుక్మిణీ! ఎవ్వరును గానరారే?
రుక్మి:__ నేనేమొ దూరమునుండి చూచితిని. ఒకపురుషుఁడు నొక తరుణియు దగవులాడుచుండిరి.
కృష్ణ:__ మన విహారవనమున మనోహరకార్యము లెన్నియో జరుగును. వాటిని మనము చూడనేల? పాటింపనేల? రుక్మిణీ! చూచితివా యీపొదరిల్లు?
రుక్మి:__ ఆహా! ఎంతవిలసిల్లుచున్నది? ఇచ్చటి చల్లనిగాలికి నుల్లము రంజిల్లుచున్నది.

పాట–ఇద్దఱిది (అనుబంధము 18)

ఘట:__(మఱుఁగునుండి) (స్వ) సుభద్ర యీతోఁటత్రోవల నెఱిఁగినది కావున దప్పించుకొనిపోయెను. నేనిక్కడ చిక్కుపడితిని. విధిలేక నిందు జరుగునదంతయుఁజూచి వినవలసి వచ్చినది.
కృష్ణ:__ రుక్మిణీ! ఈగ్రీష్మఋతువు గాలి మేలైనదికాదు. అవసంతసౌధములోనికిఁ బోవుదము రమ్ము.

రుక్మి:— నాథా! అచటికి నీవేపొమ్ము. నేనురాను.

కృష్ణ:— రుక్మిణీ! ఏలనే నీకింత గోపము?

రుక్మి:— ఆసౌధములో నీభామ, సత్యభామ కులుకులభామ సొగసుల సుందరియున్నది. దానిముద్దుమొగము జూడక చాలపొద్దయినది, పొమ్ము.

ఘట:— ఇది యిద్దఱుభార్యలు గలవాని సుఖము.

కృష్ణ:— సత్య యిట్చటికి బోయినది నాకేమి తెలుసును? మన సుభద్ర యచ్చటనున్నదని నిన్ను రమ్మంటిని,

ఘట:— ఇది హరిశ్చంద్రునిగూడ బొంకింపజేయు సమయము.

రుక్మి:— ఏల యాటక్కులు? నాకోపముబెంచక యూరకపొమ్ము.

[ప్రవేశము-సుభద్ర]

సుభ:— అన్నా కృష్ణా! వధూని సత్యభామ నన్నొంటిగవిడచి తన సఖులను వెంటబెట్టుకొని యింటికింబోయెను రేవతీ బలరాములు వసంతసౌధమునకు బోవుచున్నారు. మనమును పోవుదము రమ్ము.

కృష్ణ:— సుభద్రా! ఇచ్చట రుక్మిణియున్నది. రమ్ము.

ఘట:— (సుభద్రినుజూచి) సుభద్ర! ఈమెయా సుభద్రి?

రుక్మి:— సుభద్రా! ఈమాయకాండొంటిగ జిక్కియున్నాండు. నీ విషయమున నేమిచేయనున్నాడో యడిగెదను. వచ్చికూర్చొనుము.

సుభ:— (కూర్చునును.)

రుక్మి:— నాథా! మొన్న యీసుభద్రి యంతగాసి నొందియుండెను. నీవేలవచ్చి విచారింపవైతివి?

సుభ:— వధూనీ! ఈమాటయడుగవలయునా? నాక్షేమచింతన లేనివారికి, నాపై ప్రేమ యెట్లుండును?

కృష్ణ:— సుభద్రా! నన్నేల దూరెదవు?

సుభ:— అన్నా! నిన్నుదూరను. నాదేవుని దూరెదను.

కృష్ణ — సుభద్రా! ఆబలభద్రుని మూర్ఖమును నీవెఱుఁగవా? ఆ సమయమున నేను వచ్చియుండిన నొకటె. రాకుండుటనొకటె.

రుక్మి:— నాధా! సుభద్రను విజయుని కియ్యవలయునని, నీయన్నతో జెప్పితివా?

కృష్ణ — చెప్పితిని. వినలేదు. నేను వసుదేవాది వృద్ధులందఱును భవిష్యత్తు నెఱుఁగనివారమట. తాను దూరదర్శియట.

రుక్మి:— ఇదేమి మూర్ఖము? మన సుభద్రవిజయునిఁదప్ప వేరొకనిఁ బెండ్లియాడనని ముష్కరము పట్టియున్నదే. బలరాముని బ్రయత్నము కొనసాగునా?

కృష్ణ:— నాకేమి తెలుసును? బ్రహ్మఘటన యెట్లున్నదో?

రుక్మి:— బ్రహ్మతండ్రివినీవు. నీకు దెలియనిదేది?

కృష్ణ:— (నవ్వుచు) ఆసంగతి మనసుభద్రకే తెలియును.

సుభ:— అన్నా! నాకేమి తెలియును? నీవుమంచివాఁడవే. (అనిపోవనుండ)

కృష్ణ:— చెల్లెలా! నీకును దెలియదు. నాకును దెలియదు. ఆవిజయునకైనను తెలియునుకదా?

సుభ:— (వెడలిపోవును.)

రుక్మి-కృష్ణ:— పాట-ఇద్దఱిది (అనుబంధము 19)

కృష్ణ:— దీనికి చింతయేల? పోదమురమ్ము,

(ఇద్దఱును నిష్క్రమింతురు.)

ఘట:—(ముందునకువచ్చి) ఆహా! అంతయు విశదమాయెను. ఇఁక నాబలరాముని బెండ్లి నేను జేసెదను.

[ప్రవేశము-కృష్ణ వెనుకనుండి]

కృష్ణ:— (ఘటోత్కచుని వీపుదట్టి) బ్రాహ్మణా! నాయన్నపెండ్లి నీవుచేసిన, నీపెండ్లి నేనుజేయలేనా?

ఘట:—(మ్రొక్కి) కృష్ణా! భక్తరక్షకా! కాపాడుము. నీదర్శనంబున నాపాపములు దూరములై పావనుఁడనైతిని. చింతలన్నియు నంతరించెను.

కృష్ణ:— భీమపుత్రా! ఇదేమి యవతారము?

ఘట:— దేవా! ఇది నీయైదవ యవతారము. నీవు బలిదానవునకై వామనుఁడవైతివి. నేను బలరామునకై బ్రాహ్మణుఁడనైతిని. నీకు తెలియనిదేమున్నది? నీసోదరీమణి సుభద్రాదేవికై విజయుఁడు సన్యాసియై నిన్ను నమ్మియున్నవాఁడు.

కృష్ణ:— సుభద్ర నేమిచేసెదవు?

ఘట:— (తలవంచును)

కృష్ణ:— భీమపుత్రా! భయపడకుము. తండ్రికుమారులకిరువురికిని కల్యాణమగును. నీసన్యాసిని రైవతకగిరిపర్యంతము గొనిరమ్ము. యతులవిధేయుఁడగు బలరామునిదర్శించి నీయుక్తికొలఁది కార్యము సాధింపుము. ఇదిగో! సుభద్ర క్రిందబడవైచిన జాబు ఇది. దీనిని నీసన్యాసికిమ్ము. కడుజాగ్రతగ మెలఁగుము. లేకున్న హలధరుని ముసలము పాలగుదువు.

(నిష్క్రమించును)

ఘట:— (జాబుచూచి) ఈపత్రిక ముద్రితమై, విజయునకంకితమైయున్నది. ఈముద్రలో "సుభద్ర" యను నక్షరములున్నవి. నానటి భద్రియే ఇంక చింతలేదు.

[ప్రవేశము-రేవతి బలరామ]

బల:— రేవతీ! కృష్ణసేవకుఁడుచెప్పిన విప్రపుంగవుఁ డితఁడేయైయుండనోపు. (ఘటోత్కచునిజూచి) భూసురోత్తమా! నమస్కృతులు. ఈబలరాముని బూజల స్వీకరింప విచ్చేయుము.

ఘట:— బలభద్రా! నీకు శుభమగుగాక!

బల:— భూదేవోత్తమా! మీరెవరు?

ఘట:— నేనుపర్జన్యనామకయతీశ్వరుల శిష్యుఁడను. గర్జన్యుఁడనువాఁడను.

బల:— ఆ యతీంద్రులెచటనున్నారు?

ఘట:— మీరైవతకగిరిపైననే యున్నారు.

బల:— ఈవార్త యిదివఱకు నాకెట్లు తెలియదాయెను?

ఘట:__ మాగురువులు సాధారణముగ బయలునకు బకువారు గారు. వారితపస్సంతయు లోలోపలనే. వారి నిజస్థితి నెవ్వరు నెఱుఁగరు. శిష్యుఁడనగు నాకే యచ్చరువగుచున్నది.

బల:__ అట్లయిన రేపు వారిదర్శనమునకై పయనమయ్యెదము. మీరు మాపూజలు నేఁడుగైకొన మా వెంటరండు.

ఘట:__ ఆఁ! ఆఁ! అదెన్నిటికినికాదు. నేనింతవఱకు గురువులవారిని విడిచియుండుటయే యెంతయో చింతగనున్నది. వారు పూజకుఁగోరిన యరివిపుష్పము లీవనమున నుండుటచేత నేను వచ్చితిని. పూజాసమయమునకు బోవలయును. ఇంకమూఁడుదినములు వారు గుహనుండి వెలికిరారు. నాలవనాఁడు మీరవశ్యము దర్శనమునకు రండు.

బల:__ భాగ్యము.

(తెరపడును.)

తృతీయాంకము-ద్వితీయరంగము.

రైవతకగిరి.

(అర్జునుఁడు-సన్యాసివేషమున)

అర్జున:__నావలె నాశ్రమధర్మముల నిర్వహించినవార లెవ్వరు నుండరు. లక్కయిల్లువిడచి వెడలి కుమ్మరవానియిల్లు చేరువఱకు బ్రహ్మచర్యాశ్రమమును జరిపితిని. పిమ్మట పాంచాలినిఁ బెండ్లాడి గృహస్థాశ్రమమును జరిపితిని. పిదప భూసంచార మారంభమై వానప్రస్థాశ్రమమును ప్రభాసతీర్థమువఱకు జరిపితిని. అచ్చటినుండి యీయతియాశ్రమము ప్రాప్తించినది. బ్రహ్మదేవుఁడు నానొసట నెన్నివేషములువ్రాసెను? జన్మమున రాజవేషము, దేశభ్రష్టత్వమున భిక్షుకవేషము, తీర్థయాత్రకు విప్రవేషము, సుభద్రకై సన్యాసివేషము, ఇక తక్కువైనది యొక్కటే-స్త్రీవేషము. ముందేమగునో యెవ్వరెఱుఁగుదురు? నేను వేసరికచే నోరుజారి సన్యాసినయ్యెదనన్న మాత్రముననే ఘటోత్కచుఁడు నన్నునిక్కపు సన్యాసినిఁజేసి యీరైవతకగి

రికిఁ దెచ్చియున్నాడు. ఇది శ్రీకృష్ణుని యాజ్ఞయట. ఏమైన గాని ఆసుభద్ర నాకుఁజిక్కినఁ జాలును. (పత్రికదీసి) ఇదియా జవ్వనిజాబు. సుభద్ర ప్రేమమానసము నాయొద్దఁబదిలమైయున్నది. ఆబాలఁతికి నెంత వలవంతయుండినదో యీ పత్రిక వ్రాసినది. నాప్రాణ బాంధవుఁడు, నామిత్రుఁడు. నాదైవమునగు కృష్ణుని సంపూర్ణకారుణ్యము నాపైనుండుటచేతఁగదా సుభద్రా మోహమానసమును గనుగొంటిని. ఈపత్రికకుఁ బ్రత్యుత్తరము వ్రాసియుంచినాఁడను. యాదవులిచ్చటికి వచ్చెదరట. ఇక నాధ్యానానుష్ఠానమొనర్చెదను.

సీ॥ ఎప్పుడుగజయానయిందునందపుమోముఁ గనులఁబండువుగాఁగఁ-గాంచగలనొ?
ఎప్పుడుకలవాణి-యెలమిముచ్చటలాడ-వీనులతమిదీఱఁ-వినఁగఁగలనొ?
ఎప్పుడునాకూర్మి-యింతి వరాస్యనుఁ జేపట్టుపుణ్యంబుఁ-జెందఁగలనొ?
ఎప్పుడుమదిలోని-యాస్మితంబలరారఁ-చెలినినాకౌఁగిటఁజేర్పఁగలనొ?
గీ॥ ఎపుడునాతాపవారాశి-యింకఁగలదొ?
ఎపుడునామానసంబున-కిమ్ముకలదొ?
ఎపుడుహితమైనయానంద-మెసఁగఁగలదొ?
ఎపుడునాకృష్ణునకుఁదయ-యొలయఁగలదొ? ॥

[ప్రవేశము—ఘటోత్కచుఁడు.]

ఘట:__ పితృవ్యా! ఇట్టి సొగసైన భగవధ్ధ్యానము నీవుజేయువాఁడవని బలరామునకుఁ దెలిసెనేని ద్వారకను, సుభద్రనుఁ జూచునది మనవీపులే.

అర్జు:__ కుమారా! ఈక్రొత్తసన్యాసమున నేనెట్లు ప్రవర్తింపవలయునో చెప్పుము.

ఘట:—దీనికిఁబెద్ద గ్రంథములేదు. అల్పమే. నీవు కన్నులు మూసుకొని మౌనముగ ధ్యానముజేయుచుండుము. ఎవ్వరైన బలుకరించిరేని "నారాయణ" అనుము. ఇదియే మూలమంత్రము. ఈమంత్రమునకు సంకల్పముగాని, యంగన్యాసకరన్యాస దీర్ఘధ్యానాదులుగాని, యేమియు నక్కఱలేదు.

అర్జు:—కానిమ్ము. నీవు చెప్పినట్లె యొనర్చెదను.

ఘట:—(లోనికిబోయివచ్చి) పితృవ్యా!

అర్జు:— నారాయణ.

ఘట:— నాకెందుకు నారాయణ? అది యాదవులకే.

అర్జు:— యాదవులింకను రాలేదు. నాకృష్ణుఁడు నన్ను మఱచెనేమొ?

ఘట:— అదిగో! భగవానుఁడు. నీవుతలఁచిన క్షణముననే ప్రత్యక్షమైయున్నాఁడు.

[ప్రవేశము-కృష్ణుఁడు.]

అర్జు:—(చేతులు మోడ్చి)

కం॥ నీపాదములకుఁగృష్ణా!
నీపాదుఁడెరఁగుగరము నెయ్యమువీరన్
ఆపద్బాంధవ! కేశవ!
కాపాడుము దేవదేవ! కంజదళాక్షా! ॥

కృష్ణ:- కం॥ నాకేశకుమారవిజయ!
నీకొశుభమింతలోన నెమ్మదిగనుమా
నీకోరికయతిరయముఁ
జేకూడినుభద్రనీవు-జేఁబట్టనగున్ ॥

పార్థా! నీసంతాపము శాంతిఁబొంది, నీకు నత్యంతసంతోషము కలుగుసమయము సమీపించియున్నది. నరుఁడవై, ధర్మసోదరుఁడవై, గాండీవధరుఁడవై. ప్రేమకాకరుఁడవై, సౌందర్యమరుఁడవైయుండు నీవు సుభద్రకు వరుఁడుకాకుందువా? నీతోసంభాషించుట కవకాశములేదు. అదిగో బలరామాదులు వచ్చుచున్నారు. వారు నిన్ను ద్వారకకుఁ దోడ్కొనిపోయి సత్కరింతురు. నీవు నీమఱుఁదలినిఁజూచి మైమఱపు నొందకుము. జాగ్రత. (నిష్క్రమించును)

(ప్రవేశము-బలరామాదులు వాద్యములతో)

యాదవపురుషులు, స్త్రీలు:— (ఒక్కరొక్కరుగ నర్జుననకు నమస్కరింతురు.

అర్జు:— నారాయణ యనుచుండును.

సుభద్ర:— (నమస్కరించును)

ఘట:— సుభద్రాకన్య నమస్కరించుచున్నది.

అర్జు:— నారాయణ

ఘట:— అందఱును గూర్చునుఁడు.

బల:— యతిపుంగవులారా! కనికరించి మీవార్త నొకింతనానతిండు. ఏయే క్షేత్రంబులు దర్శించితిరి? ముందెందుఁబోవ నభిలషించెదరు?

అర్జు:— బలభద్ర! సర్వధరణీ తలంబున సంచరించు కర్మందుల వార్తయేమని చెప్పనగును? మాఁబోటివారు సేవింపని పుణ్యక్షేత్రంబులేయుండవు. అందున రైవతకాద్రి సహితముచేరి నట్లాయెను.

బల:— యతీంద్రా! మీసందర్శనమువలన నాదురితంబులన్నియు దూరమాయెను.

ఘట— దర్శనమువలననే యింతైన నికస్పర్శనము వలననెంతగునో?

బల.— మునిపుంగవా! మీరునాపుణ్యవశంబున నిచటికివిచ్చేసితిరి చాతుర్మాస్యము సమీపించియున్నది. కరుణించి మామందిరమున కరుదెంచి, మాసత్కారంబుల స్వీకరించి మముఁగృతార్థులఁజేయఁ బ్రార్థించుచున్నాఁడను.

అర్జు:— కామపాలా! రాగదూరులైన మాయట్టి యోగులకు నాగనివాసమే యోగ్యమగును కాని నగరావాసము తగదు ఏలనన్న యీస్వరూపాంత్య మేనాఁడు కానున్నదో? అది యెచ్చోటనో?

ఘట:— (స్వ) ద్వారకలోనే యీరూపమంత్యమగును.

బల:— స్వామీ! ఎట్లయిన నను గ్రహింపవలెను.

అర్జు:— హలధరా! నీకంత యభిలాషయున్న నవశ్యముకానిమ్ము.

బల:— నాపుణ్యము ఫలించెను.

ఘట:— లెండు లెండు. దేవపూజ హారతులుకానిండు. స్వాములవారి యనుగ్రహము ద్వారకమీద ప్రసరించినది. తూర్యములు వాయింపుఁడు (స్వ) తర్వాత శంఖములు బూరింపుఁడు.

అందఱు:— (పల్లకిలో నర్జునుని గూర్చుండబెట్టి వాద్యములతో వెడలుదురు).

తృతీయాంకము-తృతీయరంగము

(బలరామ-రేవతి)

రేవతి:— నాథా! నీతమ్మునికి జాలనాగ్రహముకలిగినది.

బల:— నీవేయందఱితో నేమోమోచెప్పకొనుచు నందఱియెదుట నన్ను నిందించుచు నెగురులాడించెదవు.

రేవ:— నీయవివేక చర్యలకు నేనులేకున్న నిన్నందఱును జేరి యున్మాద వైద్యశాలకు బంపుచుండిరి.

బల:— నాదియవివేకమా? ఏదియొక్కటి నిరూపింపుము చాలును.

రేవ:— యతిని యంతఃపురమునకు దెచ్చియునిచి, జగన్మోహన సుందరియైన సుభద్ర నతనిసేవలకు నియమించినది యవివేక మొక్కటియేనా? వెఱ్ఱి, పిచ్చి, యున్మాదము.

బల:— అబలా! నీకు బాపపుణ్యములు తెలియకతలతిరుగుచున్నది. యతులుత్తమ నీతిపరులని తెలియుము.

రేవ:— ఏదైన నొక్కయకార్యమయినప్పుడు తిరుగుటకా యింత తలలేకపోవును. యతుల తాత విశ్వామిత్రుడు మేనకకడ జూపిన నీతిలోకవిఖ్యాతి జెందియున్నది.

(నిష్క్రమించును)

[ప్రవేశము-కృష్ణ]

కృష్ణ:— అన్నా! సుభద్ర యతిసేవ జేయనేవలెనా?

బల:— అవును. అదితప్పనిపని.

కృష్ణ:— కం|| సుందరరూపుని మానిని।
నందపుభామలు వసించు-నంతఃపురిలో।
బొందుగనీవిల్లునిచిన।
బొందెదమందఅమపవతి-బోలదు రామా||

బల:— గీ|| మరునిజనకుడుశౌరి సుందరుడు కాడె।
మరునిదమనుడుశూలిసుం-దరుడు కాడెని।
వీరిబోలినపురుషుని-వేడ్కతోడ।
బూజసేయసుభద్రకుం-బుణ్యమెననె||

కృష్ణ:— అట్లయిన నీమనసు.

బల:— ఆ యతిసేవచేత మన చెలియలివరితాప మంతయు బరిహారమగును. మీరొక్కరు దీనికభ్యంతరము గావింపకుఁడు.

(ఇద్దఱుబోవుదురు)

[ప్రవేశము-భద్ర]

భద్ర:— ఆ బ్రాహ్మణుఁడు కృష్ణునితో జాలమచ్చికగ మాటలాడుచు నిచ్చటికేవచ్చెను. నేనుచూచునంతలో మాయమైపోయెను వాఁడింద్ర జాలికుఁడాయేమి?

(ప్రవేశము-ఘటోత్కచ)

ఘట:— ఇంతీ! ఆతోటలోనాకు గనుపడకుండ మాయమైపోయిన కనుకట్టువిద్యనేర్చినది యెవ్వరు?

భద్ర:— బ్రాహ్మణా! ఆజాబునిమ్ము.

ఘట:— భామినీ! ఏజాబు?

భద్ర:— నీచేతికిఁజిక్కినజాబు.

ఘట:— చిక్కినది నీవు చూచితివా?

భద్ర:— చూడకున్న నేమి? అంతమాత్రము నేనుగ్రహింపలేనా?

ఘట:—కనులకుఁగానరాని దానిని గ్రహించునేర్పు నాకునుగలదు.

భద్ర:— దేనిని గ్రహించితివి?

ఘట:— నీవలపును.

భద్ర:— అదియెట్టిది?

ఘట:— నీజాబులోని యర్థమువంటిది.

భద్ర:— ఏదిచూతము జాబునిమ్ము.

ఘట:— మొదట నీవలపునిమ్ము.

భద్ర:— అది నీచేతికెట్లువచ్చును?

ఘట:— ఆజాబు నీచేతికెట్లువచ్చును?

భద్ర:— అదియేమాయెను?

ఘట:— ఎవ్వరిసొత్తు వారిచేతనున్నది.

భద్ర:— ఆజాబు నీవు విజయునకునిచ్చితివా?

ఘట:— అది నా రహస్యము.

భద్ర:— విప్రపుంగవా! నీవెవరవు?

ఘట:— నటీసుందరీ! ఎన్నిమాఱులు చెప్పవలయును? నేను సూత్రధారుఁడును.

భద్ర:— హాస్యములుమాని నిక్కము వచింపుము.

ఘట:— అట్లయిన నీయాన నిక్కమేచెప్పెదను వినుము. నీవు సుభద్రవు కావని తెలిసినప్పటినుండీ, నీకై విరాళిఁజెందిన నీదాసుఁడను నేను. నిన్నుపరిణయింపఁగోరు వాఁడను.

భద్ర:— నాకుఁబరిణయము కాదు.

ఘట:— ఎందుకు?

భద్ర:— మాసుభద్రకుఁ బెండ్లియగువఱకు నేను వివాహింపననునది నాశపథము.

ఘట:— ఇంతలోననే సుభద్రాసుయోధనుల పెండ్లిజరుగనున్నది కదా?

భద్ర:— సుభద్ర సుయోధనుని వరింపదు. వేఱొకనివలచియున్నది.

ఘట:— అతఁడు ఘటింపకున్న నెట్లు?

భద్ర :—మనసారవలచిన పురుషుఁడెట్టివాఁడగుఁగాక, నతఁడు లభింపకున్న. ధీరభామినియగునది యాజన్మముకన్యయై యుండును. లేక ప్రాణమైనబాయును.

ఘట:— భళీ! కాంతా! నీయట్టి ధీరనారీమణులనుఁ బురుషులు పూజింపవలయునుకదా? ఇట్టిపావనచరితము, తరుణులకందఱికిని నెలకొనియున్న ధరాతలంబున నధర్మప్రవర్తనలు గోచరములగునా? ఒకనిపైనఁబ్రేమ నెఱపి, యితరునిఁదిలకించి వలపుజెందు నెలఁతయొక్కబ్రతుకును, తనపైనఁబ్రేమలేని భామామణిని బలిమిచేఁబొందుటకు ముదమొందుపురుషుని యొక్కబ్రతుకును, వ్యర్థజీవనంబులుకావె? మానినీరత్నమా! నీసుభద్రవలచిన పురుషుఁడెవ్వఁడో నాకు నెఱింగింపుము. నీచెలికిని యాచెలఁవునకును పరిణయంబును నేను సమకూర్చెదను.

భద్ర:— నీవేమి ప్రపంచములో వధూవరుల గూర్చునట్టి యధికారివా?

ఘట:— అట్టియధికారుల పితామహుఁడను నేను. లోకపూజ్యము లైన కార్యములను సాధించుటకు నేను సర్వదాసిద్ధుఁడనై యుండువాఁడను.

భద్రి:— బ్రాహ్మణుఁడవగు నీవంతటి సమర్థుడవా?

ఘట:— చెప్పు మాపురుషుని పేరు. అతనికిని సుభద్రికును వివాహము సేయకున్న నేను......భీమ......బ్రాహ్మణుఁడనా?

భద్రి:— అదేల మాటమ్రింగితివి?

ఘట:— వేఱొకమాట జ్ఞాపకమునకువచ్చెను. వినుము నీవుకోరిన వివాహముచేసిన నేమి సంభావన నిచ్చెదవు?

భద్రి:— నీకేమి బహుమానము కావలెను?

ఘట:— కం॥ పారఁడనైర-చిజూచలి।
చారురసాన్నములలోని-స్వాదములెల్లన్।
కోరితినీయధరమధువు।
నెమ్మిగ జవిజూడనిమ్ము నీరజనయనా॥

నేను గోరు బహుమానము నీయధరామృతపానమే.

భద్రి:— అట్లయిన, మాసుభద్రికు నర్జునునకు వివాహము చేయుము.

ఘట:— నేను ద్వారకకువచ్చిన కార్యమేయది.

భద్రి:— ఏమి? ఏమి? సంగతినంతయు జెప్పుము.

ఘట:— సుభద్రికు నర్జునునకు సంగతి. బలభద్రునకు వికృతి. దుర్యోధనునకు దుర్గతి. నీకు సంప్రీతి. ఇకనిమ్ముముద్దునకు సమ్మతి.

భద్రి:— నీయర్ధోక్తు లేల? విశదముగా చెప్పుము.

ఘట:— రహస్యమంతయు వినవలయునన్న నా సమీపమునకు రమ్ము.

భద్రి:— (సమీపించును.)

ఘట:— (చెవిలో నుడువును.)

భద్రి:— అట్లనా? ప్రియా! కాదు. ఆర్యా-నిన్నేమని పిలువవలెను?

ఘట:— పిలువవలసినరీతిగనే పిలచియున్నావు. ప్రియుఁడన్న, నార్యుఁడన్న నీనాథుఁడేకదా.

పాట-ఇద్దఱిది (అనుబంధము 20)

(నిష్క్రమింతురు.)

[ప్రవేశము-రుక్మిణి-కృష్ణ]

రుక్మి:— కృష్ణా! ఈబ్రాహ్మణుఁడెవ్వఁడు? ఆయతిని నిచ్చటవిడిచి వెడలిపోయినవాఁడు మరల మన యంతఃపురమునకు మాకుఁ దెలియక నెట్లువచ్చెను? ఈభద్రకు వానికి నేమిసంబంధము. ఈయంతఃపురములో నీవుజరుపువిచిత్రము లొక్కటియు నాకు దెలియకున్నవికదా?

కృష్ణ:— ఏమివిచిత్రములున్నవి?

రుక్మి:— ఏమివిచిత్రములా? వినుము. మాధవీ! యిటురమ్మా.

(ప్రవేశము-మాధవి)

రుక్మి:— మాధవీ! నానాథుఁడున్నాఁడని జంకకుము. నిన్న నాతో నీవుచెప్పిన సుభద్రసంగతిని మరలచెప్పుము.

మాధవి:— (కృష్ణునివంకఁజూచును)

కృష్ణ:— మాధవీ! భయముమాని నిజముచెప్పుము.

మాధవి:— దేవా! చింతచేవాడియున్న మనసుభద్రాదేవి ముఖము స్వాములవారి సేవఁజేసిన తొలిదినముననే వికసితకమల మాయెను. తరువాత యామెకథ నేమనిచెప్పుదును? ఆమె యలంకారము జేసుకొన్న పిమ్మటనే సూర్యుఁడు పొడుచును, పూజ గడియలకన్నముందె యామెనడచును. ఆస్వామినివిడచి రావలయునన్న నామెముఖకమలమునకుఁ జంద్రదర్శనమయ్యే తీరును.

కృష్ణ:— సుభద్రబాలిక. దేవతారాధన నొక బొమ్మలాటగఁ భావించి మోద మొందుచున్నది. మాధవీ! నీవుపొమ్మా.

మాధవి:— (నిష్క్రమించును)

రుక్మి:— కృష్ణా! ఈబొమ్మలాట నీవేనా యాడించునది.

రుక్మిణి:— సీ॥ వన్నె కాఁడగుయతి-పై మోహమలరిం
చి-కొమ్మ సల్పునె దిట్టి-బొమ్మలాట?।

కృష్ణ:— యతివిగ్రహంబు నా-యతి వపూజించుట
బొమ్మలాటేయగు-నెమ్మలాడి।

రుక్మిణి:— సంగే హమిక నేల-మందేభగామిని
యలనూని చంద్రి నే-వలచెమదిని।

కృష్ణ:— మేలాయెనటులైన-లోలాక్షివినవె, సు-
భద్ర సౌఖ్యము చాలఁ-బడయఁగలదు॥

రుక్మిణి:— గీ॥ అకట! సన్యాసి చేతికి-నంబుజాక్షి।
నప్పగించెడు బ్రతుకెంతో-హాస్యమగునె।

కృష్ణ:— హాస్యమెందుకే యింతేవ-రాస్య వినవె।
తరుణికిపుడు సన్యాసియే-తగినవరుఁడు॥

రుక్మి:— ఈవార్త పురమందంతయుఁ బ్రచురమై యాదవులకు మర్యాద నిలచునట్లులేదు.

కృష్ణ:—ఇందున మర్యాదభంగమేమున్నది? సుభద్ర యా సన్యాసిని మోహించిన నామెజన్మమే పావనమాయెను.

రుక్మి:— ఇదియేమి కృష్ణా! యిట్లాడెదవు?

కృష్ణ:— కం॥ కన్యామణిదుర్గ్యోధను-
సన్యాయవిధానఁ బెండ్లియాడుటకన్నన్।
విన్యాసంబున యతియగు।
సన్యాసిం గూడుకొన్న-సౌఖ్యమునొందున్॥

రుక్మి:— కృష్ణా! సుభద్రకు విజయుఁడే వరుఁడని నీవేసలికతివే?

కృష్ణ:— ఇప్పుడు కాదంటివా?

రుక్మి:— నీమాటలు నేనెట్లు నమ్ముదును. అన్నియు నబద్ధములే.

కృష్ణ:— నేను ప్రమాణముజేసి చెప్పినపుడైన నిజమందువా?

రుక్మి:— నీకే దేవుఁడున్నాఁడని నీతో నేను ప్రమాణముచేయింతును

కృష్ణ:— ఏమన్న ననుకొనుము. నేనే మొదాచక చెప్పెదను. విజయుఁడు ద్వారకకు వచ్చియున్నాఁడు.

రుక్మి:— ఇదియబద్ధము.

కృష్ణ:— మననగరునందె పార్థుఁడున్నాడు.

రుక్మి:— ఇదికల్ల.

కృష్ణ:— సన్యాసివేషమున నున్నాఁడు.

రుక్మి:— అబ్బ! బ్రతికితిని. పోలికయంతయును జ్ఞప్తికివచ్చెను.

పాట (అనుబంధము 21)

ఇంక మనసుభద్ర రాత్రిపగలు యతిసేవ జేసినను వలదనను.

కృష్ణ:— రుక్మిణీ! ఈరహస్యము బయలుపఱపకుము. భద్రము.

చతుర్థాంకము-ప్రథమరంగము.

(పూజామందిరము,)

అర్జు:— నారాయణ! నారాయణ! నాకు నీసన్యాసాశ్రమమే కడు మనోహరముగనున్నది. ఎన్నిదినములనుండియో నాచిన్నారిచిలుక మోముచిన్నెఁ దిలకించు వాంఛఁగాంచి వలపుఁబెంచియుంటిని. ఈయత్యాశ్రమపుణ్యంబున నాయింతుల మేల్బంతి నా పొంతనిలచి నాతోఁగంతు పూజజేయించునంతటి యనంతసంతోషసంపదనుఁగంటిని. ఆయిందువదన మోమునందముఁ జూచుచుండ నేత్రములనుండి వెలికిఁబాఱునానంద బాష్పజలస్నానంబును; ఆరమణీమణి రూపలావణ్యంబుల వర్ణించుచు స్మరణ చేయుజపంబును; ఆసన్నుతాంగినిఁ బెండ్లియాడుపున్నెమెన్నఁడున్నదోయని కన్నులుమూసుకొని ధ్యానమొనర్పు తపంబును నెంత మనోజ్ఞముగనున్నది? ఇంతమనోజ్ఞముగనున్నను నామనోభిలాషమింక నొనగూడకున్నదే. ఈనారాయణ పఠనమునా కెప్పుడు తప్పునో.

సీ॥ నారాయణాయంచు-నాలుకతడియాఱె-అలివేణినాదాహ-మాఱదాయె।
నారాయణాయంచు-నతిసల్పు చేతులు-కోరువేడుకలన్ని-దూరమాయె।
నారాయణాయంచ-నవసినతనువున-కతివకౌఁగిలియైన-నబ్బదాయె
నారాయణాయంచు-నీరేజముఖినెంతఁ-బూజించినను ముక్తి-పొసఁగదాయె॥
గీ॥ ఎట్టినారాయణుని నేను-కట్టుకొంటిని।
కొమ్మపెండ్లికై పేరుపో-గొట్టుకొంటి।
వట్టిచూపులతో తృప్తి-పడుటెమాయె।
పేగులారంగ నరచినఁ-బెండ్లికాదె॥

అదిగో! ఆచందనగంధిచను దెంచుచున్నట్టున్నది (ధ్యానమున)
నారాయణా

(ప్రవేశము-సుభద్ర)

సుభద్ర:— అహా! నేనీ యతికులచంద్రుని నాలోకించినప్పుడెల్ల నదేమియోమున్ను నే వినియున్న విజయుని విలాసరేఖలు నాస్మరణకువచ్చుచున్నవి.

సీ॥ ఈమునివరునందు నేమునువినియున్న-విజయుఁబోలికలెన్నొ-వెలయుచుండు।
చందమామనుగేరు-చందంపుజిగినీటు-నందమౌయతిమోము-నందునుండు।
కంజదళంబుల-మంజుళంబున మించి-తెలరుకన్నులసొంపు-తపసిపొందు
దేహపొంకమునింపు-బహుబింకము పెంపు-నలఘురాజకళలు-యతికిఁగలవు॥
గీ॥ మేలుపచ్చనినునుచాయ-మేనిడాలు
నవ్వుమొగమును బొలుపారు-జవ్వనంబు।
పువ్వువిలుకానిసింగాణిఁ-బోలుబొమలు।
జూడమనమోడుఁగవ్వడి-జాడఁదలఁచి॥

రూపమున నొకనినొకరు పోలియుండుట సహజమేయగును. స్వాములవారు ధ్యానపరవశులై యున్నారు. ఇంచుక యుపచరించెదను. (గాలివీచి కేలుమోడ్చి)

కం॥ వరమౌనీశ్వరశేఖర!।
పరమతపోనిరతసుజన-భరణాభరణా।
ఎఱఁగెదనీచరణములకుఁ।
గరుణోయతిఁగాంచినన్నుఁగావుముదేవా!॥

అర్జు:— కం॥ వరకన్యామణి-ధీమణి!।
సురుచిరశృంగారలోక-సుందరినీకున్
ద్వరలోఁగల్యాణంబై।
గురుమోదముదనరినీదు-కోరిక తీరున్॥

కన్యారత్నమా! ఇన్నిదినములనుండి నీవు నాసన్నిధికివచ్చి, న్యూనత లేకుండ, పరిచర్యఁ జేయుటచేఁ బరిచయ మధికమై, మచ్చిక హెచ్చయి నీతో సంభాషించు సంతోషము జనించియున్నది. నీవు కన్యవనిమాత్రము నాకుఁదెలియును. కాని, నీవెవ్వరైనదియు, నీపేరేమగునదియు, నేనెఱుఁగను. వినుపించెదవా?

సుభ:— (తలవంచుకొని వెనుకకు జరుగును.)

అర్జు:—

సీ॥ సిగ్గునొందకుగంధ-సింధురసుందరయానమగని పేరడుగనే-మలుఁగుఁజేర!
తలవంపువలదునీచెలు వేనుజూచినఁ-దృష్టితాకదులెమ్మ-తెలుపవేనం,
పెదవిఁగదల్పుమా-మదపుమాటలనాడ-నిగుగంచుఁగ్రొలఁగో-యిలలు లేవు,
కదియంగనడుపుమా-కలికినీగమనంబు-నలవరింపఁగ రాజ-హంసలేదు॥

గీ॥ కన్యనినుఁగన్నవారెట్టి-ధన్యులొకొ-।
పొలఁతినినుఁగాంచువారెట్టి-పుణ్యులొకొ-।
మగువనినుఁబెంచువారెట్టి-మాన్యులొకొ-।
పడఁతినీ పేరువినసెంత-పావనంబొ,॥

అతివా! నీవుగొల్చుయతిపైన నీకింతఁబ్రీతిలేదా?

సుభ:— నేను కృష్ణసోదరిని. నన్ను సుభద్రయందురు.

అర్జు:— నీవుసుభద్రవా? మంగళనామమె. అయిన నీప్రీతికిమెచ్చి నీస్వామిపెట్టిన పేరువినుము.

మ॥ కులుకుల్ నిగ్గులుముద్దుగారుపలుకుల్-గ్రిమ్మించుమేన్మించులుఁ।
దళుకుంజెక్కులుమందహాసములు-నందంబొప్పకెమ్మోవియుఁ
బెళుకుంజూపులుసన్నపుంగవును-శోభిల్లఁ జగన్మోహినీ।
లలనానామముజెల్లునోరమణి-లీలాలోలబాలామణీ!॥

సుభ:— యతీంద్రా! దేవపూజకువేళయైయున్నది.

అర్జు:— నాదేవునికి వేళయేలేదు. ఎపుడుపూజించినను సంతసించును. నీవువచ్చిన గడియనుండి కైంకర్యము జరుగుచునేయున్నది

సుభ:— మునీంద్రా! పుష్పంబుల నందిచ్చెదను. అర్చనఁగావింపుఁడు. (పుష్పములిచ్చును)

అర్జు:— కం॥ ఏలాయీపుష్పఫలము।
లేలాశ్రమవీనిఁగోయఁ-నేణాంకముఖీ!,
బాలా! నీయెడనున్న వె।
వాలాయములైనకుసుమ-ఫలములుసొంపై॥

ఈపుష్పములును బంతులనువాడిపోవుటచే నీస్వామి సంతుష్టుఁడగునో కాఁడో?

సుభ:— లోకమున నందఱు సమర్పించు పూజాద్రవ్యము లివియే కదా?

అర్జు:— అవును. అయిన నేదేవునకు దేనియందు బ్రీతియుండునో
నీకెట్లు తెలియును? కాని, తెమ్ము, నేఁడు వీటినేయర్పించెద.

సుభ:— (పూలనిచ్చును)

అర్జు:— (పూజయొనర్చుచు)

ఉత్సాహ॥ నీలమేఘవర్ణ శౌరి! నీరజాక్ష! కేశవా!
పూలపూజ సేతునీకు-బోలు భంగి మాధవా!।
ఓలగింతునిన్ను వేగ-నుత్పలాక్షిఁగూర్పుమా।
వాలుగంటి పాణియబ్బ-వాంఛితంబు దీర్పుమా॥

(సుభద్రపైఁ బూలువేసి నమస్కరించును)

సుభ:— యతులవారికిఁ భక్తిపరవశత్వంబున దేవుఁడే ప్రదేశము
ననుండునది కానరాదు కాబోలు?

అర్జు:— మోహినీ! కాదు. సుభద్రా! కాదు! కన్యామణీ! నీవా?
నీశిరమునందున్న చంద్రవంకనుఁగాంచి నీకంఠమందలి స్వర్ణప
న్నగహారమునుఁజూచి నీవు చంద్రమౌళివనుకొని నిన్నుఁబూజిం
చితిని.

సుభ:— ఇంతపరవశమొందుటకు నేఁడుపవాసమొనర్చి బర్వదిన
నముకాదె?

అర్జు:— ఏలకాదు? నీనీలాలకలను గనుగొన్న నమావాస్యయగు
ను. నీనెమ్మోముగన్న పున్నమయగును. కావున నీయెదుట
నాకు సంతతోపవాసము, నిరంతర పారవశ్యము.

సుభ:— యతీంద్రా! నాకుఁబోవ సెలవిండు.

అర్జు:— (స్వ) ఆహా! మోసమాయెను. ఎంతభ్రాంతుఁడనై వర్తిం
చితిని? దీనిని సవరింపవలయును. (ప్ర) కన్యామణి! నీస్వామికి
నీపైనఁ బూర్ణానుగ్రహము కలిగినది. నిన్నరాత్రి స్వప్నమునఁ
దెలిసిన యానందవార్తవలన నీతో వినోదములాడితిని. వినుము
నీకుఁ బరిణయకాలము పండివచ్చియున్నది.

సుభ:— (స్వ) ఇదియేమి బలభద్రుఁడు చేయఁదలఁచిన బలవంత
పరిణయముండునా? భద్రవిజయునకు జాబునిచ్చెనో లేదో?
పార్థుఁడు వచ్చునో రాఁడో? దైవమేమి చేయనున్నాఁడో?
(ఊరకుండును)

అర్జు:— బాలా! సన్న్యాసులయెడ సిగ్గేల? పలుకవేల? వివాహమున్న నెంతోయుత్సాహ ముండుతీరుమాని విచారమొందెదవేల? పంకజముఖి! సంకోచమునుఁ గొంకును ద్యజించి వచింపుము. నీ సౌఖ్యభాగదేయమునకే యింతభగవదారాధన నొనరించెదను. నీమనోవికల్పము లేవేనియు నుండెనేని, వాటినిఁ దెలిపినచో నందునకుఁ దగు సంకల్పముచేఁ బూజలొనర్తును దాచకుము.

సుభ:— మునికులచంద్రమా! మీరు పుణ్యతీర్థంబులయాత్ర గావించుచు నెన్నియో దేశంబులుజూచి యందుల వార్తలెఱిఁగి యుందురుకదా? నేనొకటి మిమ్ములఁ నడుగ నపేక్షించెదను.

అర్జు:— అవశ్యమడుగుము,

సుభ:- సీ॥ రమణీయమగునింద్ర-ప్రస్థంబుగని నాగ-
మునిచంద్ర తెలుపుఁడీ-ముదముగదుర॥

అర్జు:- కనుటమాత్రమె కాదు-కలికి యాపురమందు-
కాపురమొనరించు-గలిమిగలిగె।

సుభ:- కుశలులే పాండవుల్-గుంతియుఁ జొప్పట-
పాంచాలి క్షేమంబు-బడయుగాదె?।

అర్జు:- పాండవుల్ గుంతియున్-బాంచాలితోఁగూడఁ-
గుశలులై యున్నారు-కుసుమగంధి।

సుభ:- తెలియునా యతివర్య! యాపార్థువృత్తాంత-
మంతయు విననేసంతసింతు॥

అర్జు:- ఎఱుఁగుదు సరసాంగి-యింద్రసూనునివార్త-
నదివిననీకేల-నాసచెపుమ?।

సుభ:- నరుఁడు నా మేనత్త-వరసూనుఁడగుటచే-
మనమునననిండార-మమత నాకు।

అర్జు:- నీకెట్టిమమతియో-పాకారిసుతుపైన-
యాత్రఁజేయు నెభీత-నేత్రయతఁడు।

సుభ:- తీర్థసేవలు సలుపుచోఁ-బార్థుమీరు-
కాంచియున్నారె తెలుపుఁడీ కరుణతోడ॥

అర్జు:- కంటినతనియతఁడును నే-గలసియుంటి!
మిరువురును భేదమరయక-నిగురుబోణి॥

కలవాణీ! క్షేత్రంబులలో నర్జునుడును నేనొకటిగాఁ గూడి చరించుచుంటిమి. అతఁడు ప్రభాసతీర్థమునకుఁ బోయియుండెను.

సుభ:— ఆప్రభాసతీర్థమున విజయుఁడింకను నున్నాఁడా? మీతో నేమైన జెప్పెనా?

అర్జు:— అతఁడెన్నియో ముచ్చటలు చెప్పెను. అవియన్నియు నీకేల?

సుభ:— (తలవంచి యూరకుండును)

అర్జు:— లలనామణీ! నేను దొలుతనే చెప్పియున్నాఁడను. నీవేదైన దాచితివేని, నాసంకల్పము నిష్ఫలమగును.

సుభ:— పాట (అనుబంధము 22)

దేవా! తపోధనులగు మీకుఁ దెలియనిదుండునా? ఆవిజయుని ......పరిణయమాడ...... నేను జన్నియఁబట్టియున్న దానను.

అర్జు:— కాంతా! నీవింకను బాలికవు. నిలుకడగలవలపు నీయుల్లము న నెలకొనజాలదు. పెద్దలగు వారెవరికిఁ బెండ్లిజేయుదురో వారినే నీవువరింపవలెనుకదా? ఇంతకును విజయుని మనసెట్లున్నదో?

సుభ:— మునీంద్రా! నేను బాలికనైనను నామానసమట్లు చలించునది కాదు.

కం|| నినువరియింపనుచానా!।
అనివిజయుఁడు సేవినంగ-నవినక్షణమే।
తనువునఁబ్రాణములిడుకొని।
మనియుందునెధరణిపైన-మానినతేంద్రా||

అర్జు:- కం|| నినుఁబోలినధీరగుణన్।
మనమోహనరమ్యరూప-మంజులగాత్రిన్
గననెందునువిడుచింతను।
వనజాక్షిరో!నరుఁడునిన్ను-బరిణయమాడున్||

ఇందుముఖీ! అందునకే నీకు మోహినియనునామము నాదేవుఁడిడెను. కూర్మావతారపు మోహిని బలిరక్కసుని మోసగించి, యింద్రాదుల కమృతంబు నొసంగెను. నీవు బలరాముని మోసగించి, యింద్రనందనునకు నధరామృతము నిచ్చుదానవు.

సుభ:— స్వామీ! ఇంతపుణ్యము నాకుఁగలదా?

అర్జు:— ఎందుకు లేదు?

సుభ:— నాయన్న బలరాముఁడు నన్ను బలిమిమై దుర్యోధనునకు ద్వాహింపఁదలఁచినాఁడు. మీప్రభావంబున దానిని నిరోధించి నాకుఁ బ్రాణదానమివ్వవలెను.

అర్జు:— కాంతా! భీతిల్లకుము.

కం॥ శశిముఖి! పార్థుఁడుధరపైఁ।
కుశలంబుగనుండుదాక - కురుపల మెల్లన్।
బశుపతియునుదుర్యోధన।
పశువుకునిను బెండ్లిసేయ - వశమా యెందున్?॥

విజయుఁడు భూమిపైమనియున్న నాకౌరవనీచుఁడు నిన్ను జేపట్టఁ గలఁడా?

సుభ:— అయ్యో!

కం॥ నేనెక్కడ నీవఁ డెక్కడ?।
ఈనా సంతాపము నతఁ - డెఱుఁగఁగఁగలఁడా?।
ఈనాయతి వేడెదము।
మానీశ్వరమీ రనన్ను - మనుపఁగ వలయున్॥

అర్జు:— కమలాక్షి! నీదృఢ ప్రేమను గ్రహించితిని. నాతపోబలంబున నెఱుఁగజాలని దొక్కటియు లేదు. నీవుపంపిన పత్రిక నా కన్నులయెదుట నున్నట్లున్నది. చదివెదవినుము.

("అన్న హలాయుధుండు" అనుపద్యమును చదువును)

సుభ:— మునిచంద్రమా! నాపాలిటికి మీరు సాక్షాత్కరించిన భగవంతులు. (నమస్కరించును)

అర్జు:— అందుచేతనే విజయుఁడు ద్వారకకరుదెంచియున్నాఁడు.

సుభ:— ఎప్పుడు?

అర్జు:— మీరు నన్ను రైవతకగిరినుండితోడి తెచ్చినప్పుడే.

సుభ:— ఆహా! మేమొక్కరును చూడలేదె? అతఁడెవ్వరియింట విడిదిచేసియున్నాఁడు?

అర్జు:— మీయింటనే.

సుభ:— బలరామునకుఁ దెలియునా?

అర్జు:— తెలియదు.

సుభ:— మాకుఁదెలియక నెక్కడ నుండవచ్చును?

అర్జు:— ఆహా! మఱచితిని. నీవు వ్రాసినపత్రికకుఁ బార్థుఁడు ప్రత్యుత్తరమిచ్చినాఁడు,

సుభ:— అదినాకుఁ జేరలేదే?

అర్జు:— అది నాచేతనేపంపినాఁడు. మఱచియుంటిని.

సుభ:— అయ్యో! యిట్టికార్యమున మఱపు చెల్లునా? ఆపత్రిక దయచేయుఁడు.

అర్జు:— మఱచిన మఱచితిని. ఈమాత్రికాకార్యమే నాయతుల కుండునది?

సుభ:— మునీంద్రా! నాప్రాణదాన మొనరింపుఁడు.

అర్జు:— (పత్రికనిచ్చును)

సుభ:— (చదువును)

ఉ॥ అన్నహలాయుధుండునిను నారడి-బెట్టుచుఁగౌరవేశునీ।
మన్నియజేసినీమనువుమాపుమనంబున-నున్న నేమగుఁ?।
పన్నగవేణి! నిన్ను నను బాలనసేయఁగఁ-గృష్ణుఁడుండగాఁ।
ఖిన్నతయేలనేయతివనేయతినై-నినుఁబెండ్లియాడెదఁ॥

(సిగ్గునఁదలవంచుకొనును.)

అర్జు:— పంచచామరము.

సరోజనేత్ర! స్వర్ణగాత్ర! సారధీచరిత్ర! యా।
మరాళయానమోహినీ! తమాలవేణి కామినీ!।
విరాళిమీరనిన్ను బొందు-వేడ్క-వేగ మెందఁగాఁ।
విరాగబుద్ధిమానినైన-వీఁడెపార్థుఁడంగనా!॥

బాలికామణీ! నీమోహదేవత ప్రత్యక్షమగుఁగాంక్షచే నిన్నిదినంబులు ఘోరమైన జపతపపూజలొనర్చుచుండు విజయుని రక్షించితివి. (చేయిపట్టును.)

సుభ:— (సిగ్గునొందును)

అర్జు:— సుందరీ! నీమోహాతిథ్యముగైకొన నీయాజ్ఞ మేరకరుదెంచియున్న నన్నుఁజేపట్టుము.

పాట—ఇద్దఱిది (అనుబంధము 23)

సుభ:— విజయా! కన్యనగు నాచేయిఁబట్ట నీకున్యాయమా?

అర్జు:— ఇంతకన్న న్యాయమైనకార్యము ప్రపంచముననుండనే యుండదు.

సుభ:— ఇంద్రతనయా! నాయన్నకృష్ణుఁడు బలరామునివలెఁగాదు నాకొఱకతనినిఁ బ్రార్థింపుము. ఇప్పుడు ననుఁబోవనిమ్ము.

అర్జు:— శృంగారీ! రంగారు నీబంగారిమేని సాంగత్యము నాకొసఁగక భంగపఱచితివేని యనంగుఁడు నాయసువులఁ దొలంగఁ జేయును.

సీ|| కోమ! నీముకురులం దె-కుటిలత్వమును గొంటి-మనమందు గలదంచు-గనఁగనైతి।
చాన! చూపులయం దె-చాంచల్యమును గొంటి-వలపునఁ గలదంచు-దెలియనైతి।
కలికి! దంతములం దె-కాఠిన్యమును గొంటి-దలఁపునఁ గలదంచు-దలఁపనైతి।
బాల! వేనలియం దె-మాలిన్యమును గొంటి-జాడలఁ గలదంచు-జూడనైతి||

గీ|| వెయ్యిపల్కులిఁక లేల నే-విద్రుమోష్ఠి!
పోయె ధర్మగుణము నీదు-భామలఁ జేరి।
రాగమడఁగెను నీయద-రంబునం దె।
లేమ! ప్రేమంబు లేశముఁ-లేదు నీకు||

సుభ:— రాజకుమారా! శాంతివహింపుము.

చం|| వలదిది మేలుగాద బలవంతము జేయకు రాకుమారబల్।
జులకనగాదె కాంతలను జూచిన నాతురబుద్ధి నొందగన్
వలచిన కన్యనైతి గద ఫల్గుణ! నిన్నిక బెండ్లియాడనే।
బలిమిని జేయు భావమును బైకొనగోరు మనంబు మానుమా||

పార్థా! త్వరకిది తఱికాదు.

అర్జు:— బింబాధరీ! గాంధర్వమునకుఁ దరియెందుకు?

సుభ:— విజయా! ఎట్లును నీవె నాప్రాణకాంతుఁడవు. ఆతురపడకుము. నేఁడె కంసారికంతయుఁ దెలుపుము. అతఁడు మనలఁగాపాడును.

అర్జు:— నేఁడుబ్రతికినగదా రేపటిసంగతి?

సుభ:— ఆహా! బలరాముఁడువచ్చెను.

సుభ— (పరుగెత్తిపోవును.)

అర్జు:— ఆహా! సుభద్ర యెంతమోసమొనర్చెను?
నారాయణ-నారాయణ.

కం॥ నారాయణ నారాయణ!
నా రామ మనోజ్ఞ భామ-నవ్వుల తోనే
యీ కీర్తి గవంచించెన
యా రేబలు మోసపోతి-నంగన చేతన్॥

(విగ్రహముల పూజా సామాగ్రిల పాఱవైచి, పిచ్చిచేష్టలు చేయును)

చతుర్థాంకము-ద్వితీయరంగము.

(ప్రవేశము-ఘటోత్కచుఁడు)

ఘట:—శబాస్! మా నాటకము ముగియవచ్చుచున్నది. ఆహా! మా విజయుఁడెట్టి దైవభక్తిగల తపస్వి? ఇట్టివారు వెనుకపుట్టలేదు. ఇప్పుడు లేరు. ముందు కలుగరు.

సీ॥ వలచిన కలవాణి కొలుచుచు తినునంచు-విని యంత విజయుండు-తనువు మఱచె
రామ సేవలొనర్పఁ గామవిభ్రమ మొందె-కన్నులార్పక గాంచు-గాంత ముఖము
పుష్పంబులం దివ్యపూజకై చేకొని-పుష్పాంగికైన నే-పొగడి వేయు
ఈగేవి నేనొల్లు-నా దేవుడేలంచు-మంత్రతంత్రము లన్ని-మంటఁ గలిపె॥
గీ॥ దినమునందంత బరిచర్య తీరకుండు
పనులఁ గల్పించి పడతినిఁ గనుచునుండు
రాత్రి యగుచున్న వెలరాతి రాపు జెందు
తెల్లవాఱినఁ బల్లుగా నుల్లసిల్లు

ఇంక నా సుభద్రాకన్య సంభ్రమము నేమి చెప్పుదును. ఆ జయుని చింతయే మఱచినట్లున్నది.

సీ॥ రంగారు చెంగావి బంగారు ముంగొంగు-శింగారమలరంగఁ జీరఁగట్టు
మరకత వరరత్న పరిసర పరిగత-కర్బురాభరణముల్-గాంత తొడుగు
కుంకుమ పంకంబు-బొంకంబుగాఁ బూసి-గమగమ జవ్వాజి గంధమునిడు
మనసున నెనసిన మనసిజ సమరూప-పతిగూర్చు యతి యంచు-బరిచరించు॥
గీ॥ యతిని సేవించుబను ప్రియం-దలఁత లేదు
ఒక్కనాఁడైన మునిసేవ-నుడుగ లేదు
వేళయెంతైన సన్నిధి-విడచిపోదు
కంటయతి నింతగనకున్న-గంపమొందు॥

బలరాముఁడు నిశ్చయించిన లగ్నదినము సమీపించుచున్నది. ఆల లగ్నపత్రికనిచ్చి బ్రాహ్మణులను హస్తినాపురికిఁ బంపియున్నాను. ఆవివాహపత్రిక వెంటనే సుభద్రాదేవి వ్రాసినట్లు జాబును బంపినాను. అందున నెక్కువేమియులేదు.

గీ॥ వలపులేనిసుభద్రను-బలిమితోడ।
బరిణయింపనలవికాదు-సురసురేంద్ర!।
అన్నయిడినలగ్నమునే-యర్జునుండు।
నన్నుఁబెండ్లాడు-రావన్ననలుఁగుజూడ॥

ఈసంతోషకరమగు నామంత్రణపత్రికఁజదివి సుయోధనుఁడు మండిపడినను, బలరాముని మనోబలమునునమ్మి తన బంధుమిత్రబలఁగముతో రావచ్చును. వచ్చిననంతియె చాలును. ఆపాపి కౌరవులను దమజన్మపురికి మారుగ యమధర్మపురికిఁబంపెదను. నాచెలికీవృత్తాంతమంతయుఁ జెప్పినాఁడను.

(నిష్క్రమించును)

(యవనికనెత్తిన పాత్రలు-రేవతి, రుక్మిణి, సుభద్ర, మాధవి. కూర్చునియుందురు.)

రుక్మి.— సుభద్రా! ఇప్పుడెంతపొద్దయినదనుకొంటివి?
సుభ:— అయిన పొద్దయినది.

ముగ్గురు—పాడుపాట (అనుబంధము 24)

రుక్మి:— ఏమె సుభద్రా? నీనిత్యసేవ నీవుఁగలిపెదవా? యతుల వారువేచియుందురు. శీఘ్రముగ బొమ్ము.
సుభ — నేఁడు నాచేతఁగాదు. నాకాయాసముగనున్నది. ఎవరినైన బంపుము.
రుక్మి:— ఆయాసమున్న మఱియు మేలాయెను. ఆసన్యాసి నీకుసాగనైన మందునిచ్చును.
రేవతి:— రుక్మిణీ! పిల్లదానితోనేమి హాస్యమే?
రుక్మి:— అక్కా! హాస్యముకాదు. ఆయతికి దేహచికిత్స. దాహ చికిత్స. మోహచికిత్స, యిట్టివన్నియు బాగుగాదెలియును.
సుభ:— ఇవియన్నియు గావలసినవారే పోని.

(నిష్క్రమించును)

రేవతి.— రుక్మిణీ! నీవు బహుకుచోద్యురాలవే? ఊరకున్న చిన్న దానిని చెవకికిరియఁజేసితివికదవే.

రుక్మి.— ఇప్పుడేమాయెను? ఈనాఁడు మునిసేవకు మాధవిని బంపుదము. మాధవీ! నేఁడు నీవుపోవే. పూజాద్రవ్యములు సిద్ధమైయున్నవి.

చతుర్థాంకము-తృతీయరంగము.

(పూజామందిరము-అర్జునుఁడు,)

సీ॥ ఇది స్వర్గమని నేను మదినెంచియుంటిని-ధరణీతలంబని తలఁపలేదు।
అందమౌ దేవేంద్ర నందనంబనుకొంటి-ద్వారకయిదియంచు దలఁపలేదు।
కందర్పవరభోగ మందిరంబనుకొంటి-జలరాముగృహమంచు దలఁపలేదు।
పూజఁచుదైవంబు పూఁబోఁడియనుకొంటి-ధాతువిగ్రహమంచు దలఁపలేదు॥
గీ॥ అతిను సామ్రాజ్యమును నేలు నాసవేళ।
కొన్నిదినములేయతినను కొంటినకట।
చిత్తధనమంతహరియించి రిత్తపఱచి।
వట్టిసన్యాసిఁజేసెనకట గట్టువాయి॥

నాయవివేకమునకు మేరయేలేదు. ఆలలనామణి ముఖవిలాసదర్శనమొనర్చుచు హరుసమునొందుభాగ్యముగూడ బోవగొట్టుకొంటిని. ఆరాకేందువదన యింకేల నరుదెంచును. దేవుఁడేలేకున్న నాపూజలెవ్వరికి జేతును? ఈకారాగృహవాసమింకెన్నినాళ్ళుండునో? ఎవరోవచ్చుచున్నారు. (ధ్యానము-నటించును)

(ప్రవేశము-మాధవి పూజాద్రవ్యములతో)

మాధవి:— (స్వ) ఈసన్యాసి మాసుభద్రాదేవిని యేమోచేసియున్నాఁడు. ఆమెకుభూతము పట్టించినాఁడు. లేకున్నపడకపైనామెయింతతాపములో బొరలాడునా? ఇఁడిప్పుడేమి ధ్యానముచేయుచున్నాఁడో? ఆదేవునకేయెఱుక. నేఁడు గ్రహచారముచాలక నేను సేవకువచ్చితిని నాపైన నెట్టిగ్రహమును విడుచునో? ఏమైననుకాని (ప్ర) స్వామీ పూజాసామాగ్రిలనుఁ దెచ్చియున్నాను.

అర్జు:— నారాయణ! (కన్నులు తెఱచి కోపమున) నారాయణ (పొమ్మని సైగ జేయును)

మాధవి:— (పోక నిలచును)

అర్జు:— (గద్దించి) నారాయణ.

మాధ:— (స్వ) ఈమూగసైగల యర్థమెవ్వరికిఁ దెలుసును. ఇక నికింతకోపమేల? సుభద్రనుగాంచిన పండ్లు తెఱచువాఁడు నన్నుజూచి పండ్లుకొఱుకుచున్నాఁడె. నేనిట్లనే మరలితినేని, రుక్మిణీదేవి కోపించును. పూజచేయించియో లేక చేయిఁచుకొనియో, పోయెదను. (సైగలతో పూజబుచ్చుకొమ్మనును.)

అర్జు:— (కృష్ణాజినము నేలగొట్టును.)

మాధ:— (అదరిపడి దూరమున నిలుచును)

అర్జు:— (పొమ్మని సైగ చేయును,)

మాధ:— ఊఁహూ! (పోవనుఅని సైగ)

అర్జు — (లేచి కృష్ణాజినముతో గొట్టును.)

మాధ:— (దుఃఖమున) మాకెక్కడి సన్యాసిదాపరమాయెను? ఆడవాండ్లపైఁబడుచున్నాఁడె. అమ్మా రుక్మిణీదేవి! (అనిపిలచును)

(ప్రవేశము-రుక్మిణి.)

రుక్మి.— ఏమె మాధవీ! పిలచితివి. పూజముగిసెనా?

మాధ:— నాపూజముగిసెనమ్మ.

రుక్మి:— ఏమిమాటలేమివి?

మాధ:— పూజమాత్రమే కాదమ్మ. ప్రసాదముకూడ దొరకినది. ఇదిగో! చూడుము. (వీపుజూపును)

రుక్మి:— ఎవరుకొట్టిరే?

మాధ:— ఇంకెవ్వరున్నారిక్కడ? అదిగో! ఆసన్యాసి కోడిని దిన్నపిల్లివలె నెట్లు చప్పుడులేక కూర్చొనియున్నాఁడు చూడుము.

రుక్మి:— ఎందుకుగొట్టెనే?

మాధ:— నేను సుభద్రగాకయున్నందుకు?

రుక్మి:— (నవ్వి) నీవుపొమ్ము. నేను విచారించెదను.

మాధ:— (పోయి ప్రక్కననుండి జూచుచుండును.)

రుక్మి:— స్వాములవారొకింత శాంతులై పూజగావింప వలయును. అందఱును దీర్థప్రసాదములకు వేచియున్నారు.

అర్జు:— నారాయణ (బొమ్మనుసైగచేసును.)

రుక్మి:— ఊరకపూజ చేయుదువా లేదా?

అర్జు:— (మరలబొమ్మను సైగజేయును.)

రుక్మి:— ఏమయ్యా సన్యాసి! పొగరు తలకెక్కినదా? దేహముపైన ప్రజ్ఞ తెచ్చుకొనుము.

అర్జు:— (కృష్ణాజినముతో బెదిరించును.)

రుక్మి:— అర్జునా! నీదొంగవేసము నాకుఁదెలియదనుకొంటివా?

అర్జు:— (లేచి నిశ్చేష్టితుండగును.)

మాధవి:— (స్వ) ఇతఁడర్జునుఁడా? ఆ-అందుకే-సుభద్ర-ఊ... (ప్రక్కనేయుండును)

రుక్మి:— ఇంతకువచ్చిన విడుతునా? నీవార్త బలరామునకు నివేదించె దను. (పోవనున్న)

అర్జు:— (అడ్డగించి మ్రొక్కి)

మానినీవృత్తము

తల్లిరో! నాదగుతప్పుల నెంచక-తాలిమిత్రోదయ-దాల్పవలెన్।
పల్లవపాణిసుభద్రనుఁబొందగ-బాయని మోహము బాదుకొనన్
మల్లడిమీరగమార్గముగానక-మానిగవచ్చితిమానవతీ!।
చెల్లదుసైరము చేతులుమోడ్చుచు-సేతునమస్కృతిసత్యవతీ!॥

(దేవుని పూలహారము రుక్మిణి కంఠమునవేయును)

(ప్రవేశము-శీఘ్రముగ కృష్ణ.)

కృష్ణ:- సుగంధవృత్తము.

ఏమెరుక్మిణీసతీ!యిదేమిహాస్యకాలమా?।
భామనీవుపార్థునిట్లు-బాధపెట్టనాయమా?।
సోముగ్రమ్మియున్నవాఁడు-సోదరిన్ వరింపగా।
ప్రేమతోసుభద్రనిచ్చి-పెండ్లిసేతమింపుగా॥

రుక్మి:— విజయా! నిన్ను నొవ్వనాడినందునకు నన్నుక్షమింపుము. (నిష్క్రమించును.)

కృష్ణ:— మాధవీ! నీవుచూచిన విషయములు మాయన్నకుగాని మఱి యెవ్వరికిగాని చెప్పితివా నీవీపుపగులును.

మాధవి:— అప్పుడే యొకసారి పగిలినది దేవా!

కృష్ణ:— అర్జునా! నీవిన్నిదినములు యతివై శ్రమజెందినందులకు ఫలము కడుపక్వమై భోగ్యమైయున్నది. నారుక్మిణికి నీసంగతి తెలిసియే పరిహాస మొనర్చినది. నీవివాహామునకై సర్వము సిద్ధముగనున్నది. బలరాముఁడు మొదలగువారు పశుపతి పూజార్థమై యంతర్ద్వీపమునకుఁ బోయియున్నారు. వారురాకమునుపే వివాహము నెగడించెదను. నీవు నీకాంతను దోడ్కొని ప్రభాతమగులోపలఁ బురినిదాటి పోవలయును. ఈసన్యాసముమాని గృహస్థుఁడవుగమ్ము.

అర్జు:— కృష్ణా! నీకటాక్షములేకున్న నేనొకనిమిషమైన భూమిపై నిలువగలనా? నీయానుమతిని నెఱవేర్పసిద్ధుఁడనై యున్నాఁడను

సీ॥ శ్రీకరా! సురపుభీకరా! భువనప్రభాకరా! శ్రీధరా! ప్రణుతినీకు।
విక్రమక్రమశౌరి! చక్రిధన్విమురారి-నక్రసంహారనీకు-నతులొనర్తు।
నందనందనయరవిందనేత్రముకుంద!-సింధునందననాథ! చేతుజోత।
భూతాత్మ! పరమాత్మ! పూతాత్మ! సర్వేశ! -వనమాలి! నీకిదె-వందనంబు॥

గీ॥ ఓదయాపర! శుభకర! యాదవేంద్ర!।
ఓధరాసుతరమణా! సాధుభరణ!।
కలుషహరణా! బుధావన! కమలనయన।
జిష్ణురక్షణ! వరిష్ఠ! కృష్ణ! జయతు॥

(ప్రవేశము—రుక్మిణి సుభద్రలతో)

రుక్మిణి-కృష్ణ:— సుభద్రార్జునులకు పూలహారములిచ్చి

(పాట—అనుబంధము 25)

కృష్ణ:— విజయా! ఈకన్యకామణిని, నాయనుఁగు చెల్లెలిని నా సుభద్రను నీకునప్పగించితిని.

సీ॥ చిన్నతనంబునుఁ-డిన్నిదినంబులుఁ-బ్రేమచే బెంచిన-కోమలాంగి।
యన్నయన్ననుచాల-మన్ననతోఁ గాంచి-ప్రీతిచేబొంగెడుభీతనేత్ర।
తలిదండ్రులనుగన్నఁ-దనరారుభక్తిచే-గారవంబొనరించు-గీరవాణి।
నిండుమోహము బెంచి-నివ్వటిల్లగఁ బెంచి-నిన్నె వరించిన-నీలవేణి॥

గీ॥ యెన్నడొరులయింటికిబోవ-కున్న కన్య।
పొన్నుమించారు-మృదువైన-పువ్వుబోణి।
నన్న! యర్జుననీ వెంటనను పువాఁడ।
విన్నఁబడకుండగా పాడ-వేడువాఁడ॥

అర్జున-సుభద్ర:—(పాట-అనుబంధము 26)

అర్జు:__ కృష్ణా! నీయుపకారభరంబు, దినదినంబునకు నెక్కుడగుచున్నది. నీయగ్రజుని యాగ్రహంబునకునోడక నిండుకరుణచే నీసైదోడును నాకునిచ్చి కాపాడితివి.

సుభ:—అన్నా కృష్ణా! నాకుమాటలాడ నోరెగయకున్నది. నాజీవనమంతయు నిష్ఫలముగావింపఁ దమకించియున్న కామపాలుని బ్రియత్నము బొరిఫుచ్చి నాయభిలాషను సఫలంబుగావించి, నన్ను బోషించితివి. (అనుబంధము 27)

కృష్ణ:__ ఇంకప్రయాణముగండు. విజయా! ఇంతత్వరలో నిన్నెడబాయజాలకున్నను విధిలేక నేనె నిన్ను జాగ్రత్తగబంపవలసి, వచ్చినది. మనఘటోత్కచుఁడు రథమాయతము జేసియున్నాఁడు. మీరుతడయక పురముదాటి వెడలుఁడు.

——

పంచమాంకము-ప్రథమరంగము.

(పాత్రలు-బలరామ, కష్ణ.)

బల:__ కృష్ణా! నేఁడెట్టి సంతోషదినమో నీకు జ్ఞాపకమున్నదా?

కృష్ణ:__ అన్నా! మఱేమివిశేషము?

బల:__ నేననుకొన్నట్లయయినది. నీకుఁదెలుపకనే నేనొనర్చిన కొన్ని రహస్యకార్యములున్నవి. నన్ను మన్నింపుము.

కృష్ణ:__ ఏమివిషయము? పెద్దవాఁడవు నీవేమిచేసినను నేనుగాని మఱియెవ్వరుగాని వలదనగలమా? నామన్నన నడుగనేల?

బల:__ నీక్షమాగుణము నెఱిఁగయే యింతధైర్యముగఁ జరించితిని. హస్తినాపురికి నేను లగ్నపత్రిక బంపితినే, యందున నిశ్చయించిన వివాహదినము నేఁడే-నేను శకునితో రహస్యముగ మాట

లాడి లగ్నదినమువఱకుఁ గౌరవులు ద్వారకకు రాఁగూడదని చెప్పియుంటిని. మనచెల్లెల పరితాపమును దిలకించి, బాహాటముగ బెండ్లి సన్నాహములను జరిపిన బాగుగనుండదని లోలోపలనే యంతయు సమకూర్చియున్నాఁడను. నేనంతర్ద్వీపమునకుఁ బోయినదందునకే. ఇంత జేసినది మనసుభద్రయొక్క క్షేమము కొఱకే.

కృష్ణ:— అందుకు సందేహమేమి?

బల:— ఇఁకను నేబంపిన చారుఁడు రాకున్నాఁడు? కౌరవులీముహూర్తమునకు వచ్చెదరో లేదో?

కృష్ణ:— ఏముహూర్తమునకు వచ్చిననేమి?

బల:— ఇల్లైలందువు?

కృష్ణ:— కాఁదగినదంతయు నైనదికదా?

బల:— నిస్సందేహముగనైనది.

(ప్రవేశము-సేవక.)

సేవక:— మహారాజునకు జయమగుఁగాక! కౌరవులు వచ్చియున్నారు. కాని, భీకరులై యున్నారు.

బల:— భీకరముగాదురా-దుర్యోధనుని గంభీరమేయట్టిది.

సేవ:— వారు బాణములు గోటకుగుఱిపెట్టి బాకులు కరారులు ధరించిన రౌతులను వేలకొలఁది సాళ్ళుగట్టించి నిలిపి బెదురుపుట్టించుచున్నారే?

బల:— అదియే గాంభీర్యము. తెలిసెను. నీవుపొమ్ము,

సేవ:— (పోవును.)

బల.— కృష్ణా! కౌరవులు బహుదాంభికులు. వారికిఁదగిన మర్యాదలు జరుగవలెను.

కృష్ణ:—ఇదివఱకు జరిగినవి. ఇంకను జరుగగలవు.

(ప్రవేశము-సేవక)

బల:—ఏమిర మరలవచ్చితివి?

సేవ:— అతఃపురమున మిగుల సందడికలిగినది దేవ.

బల:---సహజమే. పెండ్లిసమయమునగాక నిం కెప్పుడు సందడికలుగును? ఇంకను సాధ్యమైనంత సందడికాని. అట్లయిననే కౌరవులకు సమాధానము. కృష్ణ! ఇంకతడవేల? కన్యనుం దోడ్కొని పోవుదమురమ్ము.

సేవ:— మహారాజా! కన్యమ్మగారు లేరు.

బల:— ఏమిమాటరా యిది?

సేవ:— నేనుజెప్పిన సందడి యిందునకే దేవ. సుభద్రమ్మగారంతఃపురములోం గానరాకున్నారు. అందఱు శోకించుచున్నారు.

బల:— ఆహా! ఇదేమి పిడుగుపాటు? సుభద్ర యేమాయెను. (కూలంబడి) కృష్ణా! ఇదేమి సంకటము? నాకు జిచ్చవాటుగలుగుచున్నది. ఏమిచేయవలెను?

కృష్ణ:— ఏమిచెప్పుటకును నాకును దోంచకున్నది.

బల:— కృష్ణా! సుభద్రను వెదకించుదము. కాని, తొలుతవచ్చిన వియ్యపువారికేమి ప్రత్యుత్తర మియ్యవలయు? సిగ్గుబాట్లాయెనే?

కృష్ణ:— మనసంకటములో మనముండగ వారు నవ్వుటకుంజెరలాటకాదు. కొంతసేపటికంతయుం దెలుసును.

బల:— మొదలు సుభద్రవార్త విచారింతమురమ్ము.

ప్రవేశము-సేవకుండు.

సేవక:— రాజేంద్రా! స్వాములవారి పూజామందిరములో సుభద్రమ్మగారున్నారేమోయనిపోయి వెదుకగా యతులవారును గానరారు. వాం కౌపీనదండకాష్ఠములుమాత్రముండగా వాటినిదెచ్చితిని. ఇవిగో! (అనిచూపును.)

బల:— కృష్ణా! మోసమాయెను. ఆదుష్టయతియేమియుం దెలియనికన్యను వంచించి వెంటంగొనిపోయినట్లున్నది.

కృష్ణ:— అన్నా! నాకునట్లే తోంచుచున్నది.

బల:— అయ్యో! యాదవకులమునకెట్టి యవమానము గలిగెను? మనచెలియ లొకసన్యాసి వెంటంబోయెననుమాట జనులువిన్న నెంత పరిభవమగును? ఇంక మనబ్రతుకెందుకు?

కృష్ణ:— అన్నా! నేను మొదటనేవలదంటినే? కొండపైగూర్చున్న వానిని నగరునకుఁ దెచ్చితివి. అంతఃపురములోనే యుంచితివి. తుదకు సుభద్రను వాని పరిచర్యకు నియమించితివి. సన్యాసి వానిబాదతీర్థ మందఱి దలలపైన బ్రోక్షించితివి. వానివలననే సుభద్రకు సౌఖ్యముగలుగునని చెప్పితివి. నీవు చెప్పినట్లుగా యెను. అనిర్భాగ్యుఁడైన దుర్యోధనునకు బాలికనిచ్చెదనని నీ వేల పట్టుపట్టితివో? అందుచేతనే యిన్నిసంకటములుకలిగి కొనకు మర్యాదలు పోగొట్టుకొనునట్లాయెను.

బల:— కృష్ణా! నీమాట వాస్తవము. ఇప్పుడేమనుకొని యేమి ప్రయోజనము? జనులు పరిహాసించుబ్రతుకు నాకువలదు. నేను సన్యాసినై యేదైన నరణ్యము జేరెదను.

(ప్రవేశము—సైనికుఁడు.)

సైనిక:— రాజేంద్రా! కౌరవులు త్వరితులై భీతిఁగలిగించుచున్నారు.

బల:— ఇచ్చట మాప్రాణములుబోవుచుండ వారితురితమును విను వారెవరు? పడియుండమనుము.

సైనిక:— రాజేంద్రా! మఱియొకమాట—వేకువ చీకటిలో నెవ్వరో రథమునెక్కిపోవుచుండ, మేము వారినడ్డగించితిమి. వారు యుద్ధమాడి పురిపాలకుల నందఱిని నోలించిపోయిరి.

బల:—ఇందఱు రండలుండ యాదవులకెట్లు మర్యాదలుదక్కును?

సైనిక:— దేవా! అర్జునుని జయించునట్టి శక్తి మాకుఁగలదా?

బల:— ఏమి? ఏమి? అర్జునుఁడు—రథముపైననా—అంతయు విశదముగజెప్పుము.

సైని:— దేవా! తెల్లవారుచున్న సమయమగుటచే నర్జునుఁడు సుభద్రాదేవిని రథముపైన గూర్చుండబెట్టుకొని పోవుచుండునది మేము కన్నులార జూచితిమి. వెంట నొక రాక్షసుఁడుండెను. ఇంకొకస్త్రీ ముసుఁగు వేసుకొనియుండెను. శ్రీకృష్ణునిబాదము లాన నీవార్త నిజము.

బల:— ఆహా! కృష్ణా! పార్థుఁడు జేసిన మోసకృత్యము వింటివా?

కృష్ణ:— వింటిని.

బల:— ఏమి? తిన్నగ వింటిని యనెదవు?

కృష్ణ:— మఱేమిచేయమనెదవు? నీవలెనే దుముకులాడుదునా?

బల:— ఆ కుష్టుని నేనూరకవిడుతునా? ఇప్పుడేపోయి వానిని ధ్వంసము జేసెదను. (పయనమగుచుండ)

(ప్రవేశము-నారద.)

నారద:— బలభద్రా! ఇదేమి ప్రళయకాల రుద్రునివలె జలరేగి యెచ్చటికరిగెదవు?

బల:— ఆపార్థుఁడొనర్చిన పరిభవంబునకు వానిని సంహరింపఁబోయెదను.

నార:— విజయుఁడేమి చేయరానిపనినిఁ జేసెను?

బల:— దొంగసన్యాసియైవచ్చి, సుభద్రాంగనను చౌర్యమున హరించెను.

నారద:— గీ|| వెన్నదొంగకుసఖుఁడైన-వన్నెకాఁడు।
కన్నెదొంగయగుటెరవు-గానకున్నె?।
బన్నమెన్నక కవ్వడి-భిన్నుఁడగునె?।
చిన్నిపొన్నరికన్నెకు-జెన్నుకాఁడె?||

ఇదియునుగాక దేవకీ వసుదేవాదులు సుభద్రను విజయునకే వివాహముజేయ నభిలషించియుండలేదా? నీవొక్కఁడవేకదా సుయోధనునకు వచనమిచ్చినది?

సీ|| రామ నీకొకనికే-రాకేందువదన నా-కౌరవపతికిచ్చు-కాంక్షగలిగె।
నీవారునరునకే-నీరేజముఖినియ్య-నిశ్చయించిరిచాల-నీతియరసి।
నీముద్దుచెలియలా-నీటుకానినెకోర-నెయ్యానవరియింప-నియమమొందె।
పాకారిసుతునకా-పాటలాధరిపైన-బాటవంబగుప్రేమ-బాదుకొలిపె||
గీ|| నాతిపైఁబ్రీతినరునిస-న్యాసిఁజేసె।
సకలముసమకూడెముహూర్త-సమయమునకు।
నీవెయుడివలగ్నబలంబు-నెగడిరాఁగ।
బరఁగెనాసుభద్రాకన్య-పరిణయంబు||

అయిన కార్యమయినది. నీవుదాని మరల్పగలవా? వృథా నిష్ఠుర ములబాలగుదువు.

బల:— కృష్ణా! నాకుఁజూడ యీకపటక్రియలన్నియు నీకు దెలిసియే జరిగినట్లు తోఁచుచున్నది.

నారద:— కం॥ నామనుఁడెఱుఁగి కపిజయుఁడు।
వామనయనఁ నపహరింప-వలనగుబనియా?।
ఏమనవలెనెంతైనను।
నీమనమున వెఱ్ఱిమాన-నేర్పవుమా?॥

బల:— నేనువచనమిచ్చి భ్రష్టుఁడనగుదునా? ఆకుటిలాత్ముని నేలఁ గూల్చుదాక నిమ్మళింపఁజాలను. నన్నడ్డగింపకుఁడు.

నారద:— బలభద్రా! నీకిదివఱకునై యుండునట్టి యవమానమునకు దోడుగ యుద్ధాపజయదుర్యశముగలిగిన బ్రమాదమగును. నీవు ధ్వంసముజేయను విజయుఁడు సామాన్యుఁడనుకొంటివా?

సీ॥ జంభారివరపుత్రుఁడంబోధి గాంభీర్య-సంభృతుండగు వాఁడు-సవ్యసాచి।
యుద్ధంబులోనిల్చి-యోధులందఱిఁ గెల్చి-సాధించెద్రౌపది-సవ్యసాచి।
కర్ణుఁడాదిగ నెల్ల-కౌరవవీరుల-శౌర్యంబుసమయించె-సవ్యసాచి।
భావుకుఁడగుచును-భద్రపాణినిబట్టె-భవ్యుఁడై వెలయునా-సవ్యసాచి॥

గీ॥ భూమిపాలకసూనుఁడు-భూరిబలుఁడు।
కామినీజనకాముఁడు-కాంతియుతుఁడు।
కుంతిప్రీతితోఁ బెంచిన-గూర్మి సుతుఁడు।
రామ! నీకేలవిడువిడు-రౌద్రమిపుడు॥

(ప్రవేశము-సైనికుఁడు.)

సైనిక:— బలరామభూపాలా! కోటవెలపటినుండి కౌరవులు బలు కలకలము జేయుచున్నారు. వారుచెప్పునదేమన్న "బలభద్రుఁడు సుభద్రను మాచేతికి నప్పగించునా లేక యుద్ధమాడునా?" ఏమాటయు వడిగజెప్పుడు, అని కేకలు వేయుచున్నారు.

బల:— ఆహా! దుష్టదుర్యోధనున కింతబాగ నా? వేలకొలఁది జన్మములెత్తి కోట్లకొలఁది తపములొనర్చినను లభింపనికన్యయా నిర్భాగ్యునకుఁదక్కునా? నాతోడవీఁడు యుద్ధమాడునా?

కృష్ణ:— అన్నా! చూచితివా? విజయునకును సుయోధనునకును గల తారతమ్యము? ఫల్గుణుని నోటనుండి యీలాటి తులువ మాటలు వెడలునా? పార్థునకు నీయందు పితృవాత్సల్యత పెంపుగనుండునది నీవెఱుఁగవా?

బల:— కృష్ణా! సత్యము. నీమాటనిజము. సుభద్రకు విజయుఁడే తగును. విజయునకు సుభద్రయే తగును. వారిని బిలుపింపుము. నేనుబోయి యాకౌరవనీచులనాముసలమునకు బలియిచ్చెదను.

(ప్రవేశము-ఘటోత్కచ.)

ఘట:— ఆపనిజేయ నేనుండ నీకేల ప్రయాసము?

బల:— (ఆశ్చర్యమున) ఘటోత్కచకుమారా! నీవెప్పుడు వచ్చితివి?

ఘట:— బలభద్రా! పర్జన్యయతిశిష్యునిగర్జన్యు నప్పుడె మఱచితివా?

బల:— ఓహో! నీవేనా యావంచనా విప్రుఁడవు?

ఘట:— యాదవేంద్రా! నాయపరాధము క్షమింపుము.

బల:— భీమపుత్రా! నీకు సర్వస్వాతంత్ర్యము నిచ్చితిని. నీయిష్టమైనపని జేయుము.

ఘట:— భాగ్యము. ఆకౌరవులపేరులేకుండ నొకక్షణమున పరిమార్చి, నామాయను ప్రసరించి వారిని బరుగెత్తించెదను. సుభద్రా విజయులఁదోడితెచ్చి నీచరణసన్నిధిని నిలిపెదను.

———

పంచమాంకము-ద్వితీయరంగము.

వివాహమంటపము.

బలరామ-కృష్ణ-నారద-అర్జున-ఘటోత్కచ-సుభద్ర-మాధవి-రుక్మిణి-రేవతి-బ్రాహ్మణులు.

అర్జు:— బలభద్రా! నానేరములు మన్నించి, నాపైనగరుణ ప్రసరింపజేయుము.

సుభ:— అన్నా! నీచెల్లెలి దప్పులను నీమనంబున నునుపక దయా హృదయంబున నెప్పటివలె ననుబాలింపుము.

బల:— ప్రియబాంధవా! విజయా! నేనవివేకినై యీముద్దుబాలికను దురాత్మునకు నియ్యదలంచియుంటిని. నాకుబాగుగ బ్రాయశ్చిత్తమాయెను. కోపపరవశత్వంబున నిన్నెంతగనో దూరితిని. నాయపరాధములను నీవు క్షమింపుము.

అర్జు:— బలభద్రా! నీవెన్నటికైన నపరాధివగుదువా!

నార:— ఇంక వెనుకటి మాటలతో నేమిప్రయోజనము? కల్యాణోత్సవంబులు జరుగనిండు.

బం:— విజయా! నేను త్రికరణశుద్ధిగ నీకాంతారత్నమును నీకు సతిగ నర్పించినాడను. ఇదివఱకే యుద్వాహమైయున్నను నా కన్నులయెదుట గల్యాణోత్సవము గావించెదను.

నార:— ఈసందడియందు భద్రా ఘటోత్కచులను మఱువకుడు

బల:— వారిసంగతియేమి?

నార:— సుభద్రాకల్యాణముతోగూడ భద్రాకల్యాణముగూడ నెగడవలయును.

బల:— ఇదియేమి చిత్రము?

నార:— నేడు నీకన్నులకన్నియు విచిత్రములే. నేనంతయుం జెప్పెదను. భద్రను బిలుపింపుడు.

(ప్రవేశము— భద్ర.)

బల:— భద్రా! వచ్చితివా? నీవేసన్యాసి వెంటబోయితివో యని నాకు భయమైయుండెను. భీమనందనా! నీతల్లిహిడింబ భీమునియెడ సౌమ్యసుందరియై యెట్లుమెలంగెనో యదేవిధాన నీభద్రయెడ జయుడవై యేయుండుము. ఉత్సవముగానింక హారతులు వెలుగుడు.

అందఱు—పాట అనుబంధము 28

మంగళము.

సుభద్రార్జునీయము.

అనుబంధములు

నాగకన్య. **1.**—పుట 3 యదుకుల కాంభోజి.

1. ఈ రాజకొమరుండు-నీరేజలోచనుఁడు
మారాణికోరుసుందరుఁడు॥
2. ఫన్నీరుముఖమందు-జెన్నార వేయఁగ
పున్నాగవేణినేపొందగావలచుఁ॥

నాగకన్య. **2.**—పుట 4 హిందు-మిశ్రి.

సారసాక్షి! కన వేశౌరిని
మార మోహనాంగుఁడైన-మానినీనిహారుని
కోరికొల్వ వేడ్క-లెంతోఁ-మీరు నేసొంపారు నే
చేరబోదమురారె-చిన్నికృష్ణుజూడ మోదాన
ధీరుఁడైనకంసారిగని, పూజింప-తీరు
తాపంబు-బిగానవరంబులొసంగురారె ॥సార॥

అర్జున. **3.**—పుట 7 హిందు-మిశ్రి.

మదిగనలకవినవే, కాంతా! ఘనవ్రత
మునను, విరాగినైనరీతినున్న మే హాప్రీతి
మానసంబులోన-బూన-నౌనచాన!

ఉలూపి:-మదివలచితినినునే, నాథా! బలముగ
మనము విమోహలీల, బొందు వేళ, బాసి
యుండజాల, దీనురాల, కానవేల-తాళ॥

అర్జున:-తాపమునీడెందమున-తగదుతలపగా
తరుణీమణీయీ-తమివిడుమా
దైన్యం, బీ-రీతిఁ-జెందంగఁ-
ధరణీ, జనులు, నగరే, మగువ
ధాష్ట్యంబుఁ-విడువేగ-తారుమారునుమా
నంబుతోడ-మానిపొమ్ము॥

ఉలూపి:-వైరయువై రాగ్యమును, వదలుమురమణా!
వనితామణిపై -దయగనుమా
వాదేల, నా-కాంతా-యింతేల
వసుధ-వసువు-లిడగ-గలన
బాలనునే, తాళజాల-ప్రాణనాయక
నా-బాళిదీర-కౌగిలీర॥

అర్జున. 4.—పుట 8 హిందు-మిశ్ర.

ఎంతమహాపుణ్యంబొ చేసితి-నింతినిను గాంతగానొందితి
కడుసంతోషమారె-వగపంతయుదీరె
యశమెంతయొ చేరె-తసరారె-కాంతిమీరె-చింత పారె
॥ఎంతమహా॥

ఉలూపి:-ఏలనను నీలాగు నెంచెదు-చాలకొనియాడగబోలదు
వెతదూలించి నన్నా-దర, శీలంబుతోన
పరిపాలింతుగాన-మనుదాన-నిందునే
నా-నందమున ॥ఏలనను॥

అర్జున:-పటుప్రేమపొందుచునా-యర్ధాంగివైతివి
పావనశీలప్రియభామా
అతిమాన-వితాన యుతజ్ఞాన-విధాన
యగుచాన-జగాన-నెచ్చైన
ఆరసిన-గాంచనౌన? ॥ఎంతమహా॥

ఉలూపి:-పరదైవమంచుదన-ప్రాణేశునెంచని
వామాక్షి భూమిమన, నేల?
వరశీలా-విలోల విధిగోల-విశాల-సుఖలీలా
నుకూల-మగుచాల-పాపజాల-మాపుజెల్ల ॥ఏలనను॥

అందఱు, 5.—పుట 8 హిందు-మిశ్ర.

రాజరాజాననా-రమాలోకమాతా-రమ్యాంగి ॥రాజ॥
సామజగమనా-సారసవదనా-వామను
వదనా-వారిజనయనా
శౌరిరాణి-నాగవేణి-కీరవాణి-సౌఖ్యవేణి
సంగదాయిని-లోకవర్ణి-తాబ్జపాణి-శ్రీకల్యాణి

సారరీతిగావవే-నిండారుప్రీతి
ధీర, శూర, వీర, భావమియ్యవే-దైత్యారి-దేవి
పరమాదరణా బరికించి ధరణిని దరుణుల తమ
మార తరుచుగ మదిగల తమిమీర యిరవుగ మనుపవె
యిందిరా! ॥రాజరాజాననా॥

ఇలా-బభ్రు. **6.**—పుట 9 మిశ్ర.

బలరెయెగిరిముందుపోవు బంతినాదిరా
నాదిరా నాదిరా నాదిరా
నిలచెనీ, బంతిపోదురా నీవోడితివిశబాస్
గెలుపునాదిరా నాదిరా నాదిరా॥

1. ఇంకొకసారి యింపలరారి యిల్లైబలముగ నెగురుచుపారి
యెంతపైకివేతునో చూతులేర చూతులేర
తాళరా తాళరా తాళరా॥

2. పంతముగట్టి బంతినిబట్టి యెంతోసొగసుగ నాడినజెట్టి
యింతగెలుపునొందితి నింకనేను యింక
నేను రానురా రానురా రానురా ॥బలరె॥

ఇలా-బభ్రు. **7.**—పుట 10 మిశ్ర.

కడుబలుఁడైనను జడియకరమ్మా వడిజేయుగరణము
కనంగా నౌనిక నీబలము ॥కడు॥

1. గురుతరపటిమను నెరపెదగనుమా తరమా ననుగెలువగా
దురమునని శిరమునునే దునిమెదను ॥కడు॥

2. సమకొని, తమకక, ప్రమదము నిపుడే సమయించెద నిలుమా
సమరమున జయముగన శ్రమయగును ॥కడు॥

ఇలా. **8.**—పుట 11 మిశ్ర.

వేగనడువుమా విందునీ, కడెదము
బభ్రు:-పొమ్మువడిగను భోజనం, బిడెదము
ఇలా:- బాగభుజింతువు పాయసము, మాయింటను
బభ్రు:-కమ్మనిరుచుల కాంచెదవుమా యింటను॥

ఉలూ:-ఏలనిూరిటుల ద్వరజేసెదరు బాలకులారా తాళుఁడు
యీలాగన్నను తడబడలాగి నలుకువ
సలుపగ మేలుఁగా దలయింపగా నలిచేయగా॥

ఆంధలు, **9.**—పుట 12 మోహన.

వాసవనందనపోషణ! వరద్వారకవాసకృష్ణా!॥

1. వనజాక్షా! అమరపాల! మునివినుతా! శ్రీలోల
వనదనీల కాయబలా! ఘనసుకలా! పరమశీల॥

2. సదయాత్మా! సమరధీర! మదజనతాసంహార!
విదితనారశ్రేయకరా ముదితధరాసుతవిహార!॥

నారద. **10.**—పుట 14 మాల్కోస్.

నారాయణహరి నందకుమారా!
వారాశరనుత పాపవిదారా॥
భూసురపోషా! భూనుతవేషా!
భాసురకౌస్తుభ భూషా హరి ॥నారాయణ॥

సుభద్ర **11.**—పుట 21 హిం॥ భైరవి.

రామా ప్రేమమును గనవేల
భూమిపైనే మనజాల ॥రామా॥

1. కురుపతిపాణినే కోరగలేదే
నెలవగుప్రీతియు నెలకొనలేదే
వెరవగుచోటున వియ్యముకాదె ॥రామా॥

2. ఏవిధికలదో కొనా వెతమీరె
ఈవగమాన్పగ నెవరునులేరె
దైవమాయెుక్కరును కావగరారె ॥రామా॥

సుభద్ర, **12.**—పుట 21 ఘజ.

ఎవ్వరింక దిక్కునాకు ఎందుపోదు ఏమిచేతు ॥ఎవ్వరింక॥

1. ఏలనోకృష్ణుఁడునా పాలికేచూడరాఁడే
చాలునాకీ జీవమింక జాలిమీరె తాళజాల ॥ఎవ్వరింక॥

రేవతి. **13.**—పుట 25 మోహన.

జరుగదువినుమా పరిణయము
పరిభావంబుగ బడయంగలవు ॥జరుగదు॥

బలరామ:-పరిణయమును నే జరిపెదను
తరుణీవినవే త్వరితంబున నే ॥పరిణయ॥

రేవ:-ఏటికిట్టికార్యం బీరీతినీవు
పాటికన లేకగ బైకొనినావు
మాటికి ముమ్మాటికిని చాటిచెప్పదాననేను
కాను కాదు కాదు ॥జరుగదు॥

బల:-చాలునిట్టిమాటలింక చానా వలదే
గేలిసేయువారు గెలువంగలేరె
చాలపట్టు పట్టినాడ బాలపెండ్లిసేయగను॥
అగును ఆగును అగును.

రేవ:-కాను-కాదు.

బల:-అగును.

రేవ:-కాదు.

సుభద్ర. **14.**—పుట 25 అ. సావేరి.

నారీమణిరో నే సైరింపనమ్మ
నాబ్రతుకేవిత యీయెధరణిపై
నవంతయెసంగెను హా-హా ॥నారీమణి॥

భద్ర:-నీరేజవదనా మోదంబొనమ్మ
నీమదిలో వెత, పోవు, వడిగనె
నిలుకడనొందు మమ్మా ॥నీరేజ॥

సుభ:-నేసుఖానమన, నున్న రాముడే
నెవ్వగనాకునింతగ నిడడె
నెమ్మినెందునా మనంబుగనదే
నెనరునబల్కెడవే ॥నారీమణిరో॥

భద్ర:-భాసురాంగివగ లన్నిమానవే
వాసిగనేగావించెదప్రియము

బొసియుండవే విచారమికను
పడయుదు సంతసము ॥సీరేజ॥

భద్రా. 15.—పుట 26 భైరవి
పంకేరుహాక్షిరో వంతేలనేనుండం పార్థునేగోనివచ్చెదన్

1. కామసుందరాంగుని కనంగనేజనంగను
భామరో జాలిని నీమదజెందగ
బాడీమె యూరట గాంచవే ॥పంకేరు॥

భద్రా. 16.—పుట 29 సురటి.
మోహినీనాకు ముద్దొక్కటియ్యవె
ముద్దొక్కటియ్యవె ॥మొహినీ॥

1. మందయానవా మనంబుగనవే
అందముజూడవే నా సుందరబాలా ॥మోహినీ॥

భద్రా. 17.—పుట 33 మాండ్.
వేడుకచాలు విజయుండవీవే వింతలనేలసలిపెదవు
వినుమికనేను విడువనునిన్ను వేగమెరమ్మా
మాపురమునకు ॥వేడుక॥

ఘట:-పార్థుడగానె పంకజనయనా
పాడిమెనాతో యీతగవు।

భద్రా:-పంతంబింతగ పడయక వలచిన
పడంతినిగొనుమా పరిణయమునను।

ఘట:-వెలందిపాఱునకు బెండ్లియేలనె।
వలదికచలము వదలుమునన్ ॥వేడుక॥

రుక్మిణి. 18.—పుట 34 హిం॥ జంఝూటి.
కనుమింపారగనునీల-వనకాంతిని
వనకాంతిని వనజాక్షి యీా ॥కను॥

కృష్ణ:-వననైల్యంబుకలదునీ ఘనవేణిని
ఘనవేణిని-మనమోహినీ ॥వన॥

రుక్మిణి:-అందునీనులకు నానందంబైన
విందునోసంగున్ కలకంఠము ॥కను॥

కృష్ణ:-ఇందెకావించునె విందు నాకున్
ఇందుముఖినీ కలకంఠము ॥వన॥

రుక్మిణి. 19—పుట 36. హిందు మిశ్రి.

నీ కింతవినోదంబేల-నినునమ్మియున్నది
వనితనెమ్మది-గనుమా।

కృష్ణ:-సుందరీ, వినోదముకాదే-సుఖమొందు సుభద్రి నిజము॥
రుక్మి:-వా మాంగిక కురుపతిపాణి పడయ జేయ నీకిది మేలా।
కృష్ణ:-ఆమాటజరుగునాబాలా?
రుక్మి:-నీమాయను నేగనజాల?
కృష్ణ:-కమలాక్షి నదియంజేల?
రుక్మి:-నాధా-
కృష్ణ:-నాతోడవాదమీ వేళ-నాతిచేయగా తగదే-వలదే॥

20—పుట 46.

ఘట:-సుధనుజిలుకు-నధరపానము సొంపుమీర-సుదతి కొనెద॥
భద్రి:-సోయగంబుకులుకుచాన సూనశరుని రతిసమాన।
సుందరిని సులభముగ బొందనలవి నీకౌనా ॥సరస॥
పల్లవి॥ సరససుగుణ త్వరయిదేలను
సారమైనసుఖముగనుము॥
ఘట:-కోమలాంగి చలముచాలు ప్రేమదనరనన్ను నేలు।
తామసము చేయకుము కామినియికనేతాళ ॥సుధను॥

రుక్మిణి. 21—పుట 48 యమన్,

అనుమానంబెడబాసె ఘనమోదం బెలసె ॥అనుమానం॥
1. మునిమనవిజయుం డనియెడుప్రేమ
మానసభీతిని మాపె ॥అను॥
2. అతివసుభద్రియా యతిపదసేవ
సతతముజేసిన మేలౌ ॥అను॥

సుభద్రి. 22— పుట 53 హిందు బేహాగ్.

కటు వినోదమా మునిచంద్రా!
(నామనస్సును మీరుగ్రహించియుండియు)
నానోట బలుకింపగోర
(విజయునినేను పరిణయింప నెంచిన)

www.ingramcontent.com/pod-product-compliance
Lightning Source LLC
LaVergne TN
LVHW080005230825
819400LV00036B/1249
9781245094122